AF347612

மாத்தன் மண்புழுவின் வழக்கு

சிறார் நாவல்

மாத்தன் மண்புழுவின் வழக்கு

சிறார் நாவல்

பேராசிரியர். எஸ். சிவதாஸ்

தமிழில்: யூமா வாசுகி

MAATHTHAN MANPUZHUVIN VAZHAKU

Prof. S. Sivadas

Tamil Translated by : Yuma vasuki

First Edition: December, 2014 | Second Print: April, 2023

Published by

BOOKS FOR CHILDREN

im print of Bharathi Puthakalayam

7, Elango Salai, Teynampet, Chennai - 600 018
Email: bharathiputhakalayam@gmail.com | www.thamizhbooks.com

மாத்தன் மண்புழுவின் வழக்கு

பேரா. எஸ். சிவதாஸ்

தமிழில்: யூமா வாசுகி

முதல் பதிப்பு: டிசம்பர், 2014 | இரண்டாம் அச்சு: ஏப்ரல், 2023

வெளியீடு:

புக்ஸ் ஃபார் சில்ரன்

பாரதி புத்தகாலயத்தின் ஓர் அங்கம்

7, இளங்கோ சாலை, தேனாம்பேட்டை, சென்னை - 600 018

தொலைபேசி : 04424332424,   24332924, 24330024

விற்பனை நிலையம்

7, இளங்கோ சாலை, தேனாம்பேட்டை, சென்னை - 600 018

விற்பனை நிலையங்கள்

அருப்புக்கோட்டை: கதவுஎண் 49 A/4 மெயின் ரோடு, தெற்கு தெரு - 9994173551

ஈரோடு: 39: 39 ஸ்டேட் பாங்க் சாலை - 9245448353 | **கரூர்:** நாரத கானசபா அருகில் *(TNGEA OFFICE)*- 9442706676

காரைக்குடி : 12, 2 வது தெரு, கம்பன் மணிமண்டபம் பின்புறம் - 9443406150

கும்பகோணம்: 352, ரயில் நிலையம் எதிரில் - 9443995061 | **குன்னூர்:** N.K.N வணிக வளாகம் பெட்போர்ட்

கோவை: 77, மசக்காளிபாளையம் ரோடு, பீளமேடு - 8903707294

சிதம்பரம்: 22A / 18B தேரடி கடைத் தெரு, கீழவீதி அருகில் - 9994399347

செங்கல்பட்டு: 1 D ஜி.எஸ்.டி சாலை - 044 27426964 | **சேலம்:** 15, வித்யாலயா சாலை சாலை

தஞ்சாவூர்: காந்திஜி வணிக வளாகம் காந்திஜி சாலை - 9655542400

திண்டுக்கல்: பேருந்து நிலையம் - 9942331105, 9976053719

திருச்சி: வெண்மணி இல்லம், கரூர் புறவழிச்சாலை - 9994289492

திருநெல்வேலி: 25A, ராஜேந்திரநகர் - 9442149981 | **திருப்பூர்:** 447, அவினாசி சாலை - 9486105018

திருவண்ணாமலை: முத்தம்மாள் நகர் | **திருவல்லிக்கேணி:** 48, தேரடி தெரு - 9444428358

திருவாரூர்: 35, நேதாஜி சாலை - 9442540543 | **நாகர்கோவில்:** 699 கே.பி.ரோடு R.V.புரம் - 9443450111

நெய்வேலி: பேருந்து நிலையம் அருகில், - 9443659147 | **பழனி:** பேருந்து நிலையம் அருகில் - 9442883696

பாண்டிச்சேரி : கிழக்கு கடற்கரைச்சாலை, இலாகுப்பேட்டை, 9486102777

பெரம்பூர்: 52, கூக்ஸ் ரோடு - 9444373716 | **மதுரை:** 37A, பெரியார் பேருந்து நிலையம் - 045 22324674

மதுரை: சர்வோதயா மெயின்ரோடு

வடபழனி: பேருந்து நிலையம் எதிரில் அடையார் ஆனந்தபவன் மாடியில் - 9444476967

விருதுநகர்: 131, கச்சேரி சாலை - 0456 2245300 | **வேலூர்:** பேஸ் III, சத்துவாச்சாரி - 9442553893

நினைத்த நூல்கள்... நினைத்த நேரத்தில்...   8778073949   thamizhbooks.com

அச்சு : பிரிண்டெக், சென்னை - 5.

யதியின் கடிதமும் சசியின் துயரமும்

'மாத்தன் மண்புழுவின் வழக்கு' என்னும் இந்தப் புத்தகத்தை 'கேரள சாஸ்திர சாகித்ய பரிஷத்' 1994-ஆம் ஆண்டு வெளியிட்டது. நூல் வெளிவந்த உடனே நிறைய வாசகர்கள் படித்து மகிழ்ந்தார்கள். அவர்களில் பலர் எனக்கு நேரடியாகக் கடிதம் எழுதவும் செய்தார்கள். அவர்களில் ஒருவர்தான் மறைந்த குரு நித்ய சைதன்ய யதி அவர்கள். சாலக்குடியிலிருந்து சிந்து என்னும் ஒரு பரிஷத் ஆர்வலர் தனக்கு இந்தப் புத்தகத்தை அனுப்பியதாக யதி எழுதியிருந்தார். அவர் எழுதிய கடிதத்தின் முக்கியமான பகுதிகளை இந்தப் பதிப்பில் சேர்த்திருக்கிறேன். யதி என்றால் மனதை அடக்கியவர் என்று அர்த்தம். அப்படிப்பட்ட ஒரு குருவை நம் மாத்தன் மண்புழு மகிழ்வித்திருக்கிறது என்பது, அன்றும் இன்றும் எனக்கு நிறைவளிக்கும் விஷயம். மாத்தன் மண்புழுவின் இந்தப் பதிப்பை, அந்தக் குருவின் புனித நினைவுகளுக்கு நான் சமர்ப்பிக்கிறேன்.

மதிப்பிற்குரிய வி.கே.சசிதரன் அவர்கள், மாத்தன் மண்புழுவின் வழக்கைப் படித்து உத்வேகம்கொண்டு என்னைத் தொலைபேசியில் அழைத்ததையும் நினைவுகூர்கிறேன். இந்த நூலின் பிரதிகளை விற்பதற்காக கோட்டயத்துக் கல்வி நிலையங்கள் முழுதும் பாடல் பிரச்சார ஊர்வலம் நடத்த வேண்டும் என்ற கருத்தை முன்வைத்து அவர் பலரிடமும் பேசினார். பிறகு என் 'கார்பன் என்ற மந்திரவாதி நூலுக்கு விருது கிடைத்ததை அறிந்து அவர் சொன்னார்: ''மாத்தன் மண்புழுவின் வழக்கு' நூலுக்கு விருது கிடைக்காததில் எனக்கு மிகவும் வருத்தம்!' அந்த வருத்தத்திலும் ஒரு சந்தோஷம் இருக்கிறது அல்லவா. வாசிப்பு தந்த இன்பத்தால் ஏற்பட்ட அந்த வருத்தம் இனிமையான வருத்தம்தானே?

'மாத்தன் மண்புழுவின் விண்ணப்பம் தள்ளுபடி செய்யப்பட்டது' என்ற குறிப்பெழுதி, மாத்தன் மண்புழுவின் வழக்கில் அணி சேர்ந்தவர் என்.சுரேந்திரன் ஆலும்கடவு என்னும் நண்பர். இவரை நான் சமீபத்தில் சவரயில் பார்த்தேன். ''கடலில் வலை வீசி வாழ்ந்தவன் ஐயா நான். கேரள சாஸ்திர சாகித்ய பரிஷத்தில் செயல்பட்டதால் எனக்குக் கொஞ்சம் அறிவியல் பிரக்ஞை ஏற்பட்டது. அதனால்தான் என்னால்

பரிஷத் வெளியீடான 'யுரேகா' பத்திரிகை வாசிக்க முடிந்தது; 'மாத்தன் மண்புழுவின் விண்ணப்பம் தள்ளுபடி செய்யப்பட்டது' என்னும் குறிப்பை எழுதி உங்கள் கதைக்கு எதிர்வினையாற்றவும் முடிந்தது." பம்புஹவுஸ் ஆப்பரேட்டரான அந்த கிராமியத் தோழரிடத்திலும் பரிஷத் இயற்கையின் மீதான நேசத்தை ஊட்டியது. அதன் காரணமாக வேலை முடிந்த ஓய்வு நேரத்தில் பம்ப் ஹவுஸிலிருந்து யுரேகா இதழ் வாசித்தார். இது எவ்வளவு உத்வேகமளிக்கிறது! இப்படி எத்தனையோ மனங்களில் ஆரோக்கியகரமான மாற்றங்களை ஏற்படுத்தக் கூடிய திறன், பரிஷத்திற்கும் மாத்தன் மண்புழுவிற்கும் உண்டு என்று நான் அப்போது நினைத்தேன். ஒரு விஷயத்தைச் சொல்வதற்காகத்தான் யதியைப் பற்றியும், சசியைப் பற்றியும், சுரேந்திரனைப் பற்றியும் நான் இங்கே குறிப்பிட்டேன். மாத்தன் மண்புழுவின் வழக்கிற்கு எல்லையற்ற சாத்தியப்பாடுகள் உண்டு என்ற எளிய உண்மைதான் அது. மாத்தன் ஒரு குறியீடு. காலம் செல்லும்தோறும் அதன் முக்கியத்துவம் அதிகரித்து வருகிறது. இந்த பூமியை, இதில் உள்ள கோடானுகோடி உயிரினங்களைக் காப்பாற்றுவதற்கான அறிவை நாம் ஒவ்வொருவரும் பெறுவதற்கு மாத்தன் மண்புழுவின் வழக்கு உதவி செய்யும் என்று நாம் எதிர்பார்க்கலாம்.

அன்புடன்

பேராசிரியர் எஸ். சிவதாஸ்
01. 07. 2003

மாத்தன் கதையின் கதை

கதையின் கதையைத் தெரிந்துகொண்டால் கதை இன்னும் சுவாரஸ்யமாக இருக்கும். கதை தெரிந்து ஆட்டம் பார்க்கிற சுவாரஸ்யம். அதனால் முதலில் மாத்தன் கதையின் கதையைச் சொல்கிறேன். ஏழு வருடம் முன்புதான் அந்தக் கதை தொடங்கியது. அன்று நான், கேரள அறிவியல் இலக்கியப் பேரவை நடத்தும் சிறார் மாத இதழான 'யுரேகா'வின் ஆசிரியராக இருந்தேன். பத்துவருட காலம் என்னை ஆசிரியராக அமர்த்தி பக்குவப்படுத்தியதற்காக நான் கேரள அறிவியல் இலக்கியப் பேரவைக்கு மிகவும் கடமைப்பட்டிருக்கிறேன். அந்த ஆசிரியப் பொறுப்பு என்பது எனக்கு தீவிரமான ஒரு தவமாக இருந்தது. அந்தக் காலத்தில் நான் மிக நிறைய நேரம் செலவிட்டு குழந்தைகளின் கடிதங்களை வாசிப்பேன். நூற்றுக்கணக்கான கடிதங்கள். பெரும்பாலும் கேரளக் கிராமங்களிலிருந்து வரும் கடிதங்கள் அவை. கசங்கிய அழுக்கு சலட்டைகளில் குறுக்கும் நெடுக்குமாக எழுதப்பட்ட கடிதங்கள். சில நண்பர்கள் என் முகவரியைக்கூட மாற்றி எழுதியிருந்தார்கள். எஸ். சிவதாஸ், அண்ணான் குன்னு (அணில் குன்று), கோட்டயம் என்று எழுதுவதற்குப் பதிலாக, எஸ். சிவதாஸ், அண்ணான் குஞ்சு (அணில் குஞ்சு) என்று எழுதியிருந்தார்கள். ஆனால் அப்படிப்பட்ட கடிதங்களையும் தபால்துறை அலுவலர்கள் மிகவும் சரியாக என்னிடம் சேர்ப்பித்தார்கள்.

யுரேகா பத்திரிகையின் வாயிலாக, "எதையும் எழுதுங்கள்" என்று நாங்கள் குழந்தைகளிடம் வேண்டுகோள் விடுத்திருந்தோம். அதை அவர்கள் அப்படியே ஏற்றுக்கொண்டார்கள். புகார்கள், கவலைகள், அபிப்பிராயங்கள், நகைச்சுவைகள், குட்டிப் பாடல்கள், ஊர் செய்திகள், வீட்டு ரகசியங்கள் என்று எதையும், அவர்கள் எழுதுவதற்கான விஷயமாக எடுத்துக்கொண்டார்கள். சில கடிதங்களில் அன்பு நிறைந்து ததும்பும். சிலவற்றில் பிணக்கம் தூவப்பட்டிருக்கும். சில கடிதங்களில் நல்ல ஆலோசனைகள் இருக்கும். சில, முக்கியமான சிந்தனைகளால் நிறைந்திருக்கும். அந்தக் கடிதங்களிலிருந்து நான் நிறையக் கற்றுக்கொண்டேன். நான் கல்லூரியில் படித்ததைவிட அதிகமாக அந்தக் குழந்தைகள் எனக்குக் கற்றுக்கொடுத்தார்கள் என்பதுதான் உண்மை. ஒவ்வொரு கடிதத்திற்கும் பின்னால் உள்ள பிஞ்சு மனதின் உணர்ச்சிகள் என்னை மகிழ்வித்தது. உத்வேகமூட்டியது.

அந்தக் கடிதங்களிலிருந்து முக்கியமானவற்றைத் தேர்ந்தெடுத்து எடிட் செய்து யுரேகாவுக்கு கொடுப்பதற்கும் நான் நீண்ட நேரம் செலவிட்டேன். அப்படி அந்தக் கடிதங்களை ஒருநாள் புரட்டிக்கொண்டிருக்கும்போது மிகவும் முக்கியமான ஒரு குட்டிக் கடிதம் கிடைத்தது. ஐந்தாம்வகுப்புப் படிக்கும் சியாம்குமார் அதை எழுதியிருந்தார். மாத்தன் என்னும் மண்புழுவின் ஓய்வு ஊதியம் வேண்டும் விண்ணப்பம். நான் அந்த அஞ்சலட்டையைப் பலமுறை வாசித்து மகிழ்ந்தேன். அதற்கு எல்லையற்ற சாத்தியப்பாடுகள் உண்டு என்று அறிந்து மிகவும் உத்வேகம் கொண்டேன். ஒரு பத்திரிகை ஆசிரியரின் வாழ்க்கையில் மறக்கமுடியாத நேரம் அது என்று சொல்வதுதான் பொருத்தமாக இருக்கும். அந்தக் கடிதத்தை நான் நகாசு செய்து சற்று விரிவுபடுத்தினேன். அதற்கு ஏற்ற ஒரு அடிக்குறிப்பும் எழுதினேன். பிறகு யுரேகாவின் அடுத்த இதழுக்குக் கொடுத்தேன். அப்படித்தான் 1989-ஆம் ஆண்டில் மாத்தன் மண்புழுவின் வழக்கு என்னும் தொடர் யுரேகாவில் தொடங்கியது.

எதிர்பார்த்தைப்போல அந்தத் தொடருக்கு நல்ல வரவேற்பு கிடைத்தது. எஸ்.எஸ்.ஆலும்கடவும், வி.எம்.ராஜமோகனும் மற்ற சிலரும் உடனே எதிர்வினையாற்றினார்கள். அந்தத் தொடர் சுவாரஸ்யமாக முன்னேறியது. இடையில் அந்தப் பகுதி தொய்வடைகிறது என்று உணர்ந்தால் நானே குறிப்புகளும், கட்டுரைகளும் எழுதி அந்தத் தொடரை சுவை குன்றாமல் முன்னே கொண்டுசென்றேன். இது ஒன்றரை வருட காலம் தொடர்ந்தது. பிறகு நின்றது.

காலம் கடந்து சென்று கொண்டிருந்தது. 1990-ஆம் ஆண்டு நான் பிரான்சுக்குச் சென்றேன். நான் போகவில்லை. பிரசாத் மாஸ்டர் பிடித்துத் தள்ளிவிட்டார். குழந்தைகளின் வாசிப்புப் பழக்கத்தை வளர்ப்பதற்கான புதிய வழிகளைப் பற்றி விவாதிக்கும் ஒரு கூட்டம் பிரான்சில் நடந்தது. இந்தியாவின் பிரதிநிதியாக நான் அதில் கலந்துகொண்டேன். IBBY (International Board of Books for Young People), IFLA (International Federation of Library Association), UNESCO ஆகிய அமைப்புகளின் தலைமையில் நடந்த கூட்டம் அது. குழந்தைகளுக்கான கேரள அறிவியல் இலக்கியப் பேரவையின் செயல்பாடுகளைப் பற்றி நான் அங்கே விவரித்தபோது, வந்திருந்த பிரதிநிதிகள் எல்லாம் மிகவும் ஊக்கம்கொண்டார்கள். பேரவை ஏற்பாடு செய்த குழந்தைகள் திருவிழா ஒன்றின் வீடியோவைத் திரையிட்டபோது, வெள்ளையர்களும் கறுப்பர்களும் தங்களையறியாமல் எழுந்து நின்றுவிட்டார்கள். சுருக்கமாகச் சொன்னால் கேரள அறிவியல் இலக்கியப் பேரவையின் செயல்பாடுகளை அவர்கள் மிக மிகவும் பாராட்டினார்கள். கூட்டமெல்லாம் முடிந்து பாரீஸில் தங்கியிருக்கும்போது யுனெஸ்கோ அலுவலகத்திற்குச் செல்ல முடிந்தது. பிரசாத் மாஸ்டரின் நண்பர் (இப்போது எனக்கும் நண்பர்!) திரு. லாசர் பாலியக்கரை அங்கு

இருந்தார். நான், யுனஸ்கோவின் கல்வித் துறைத் தலைவரைச் சந்திப்பதற்கு ஏற்பாடு செய்தார். இரண்டு மூன்று நாட்கள் முன்பு, பேரவையைப் பற்றியான துண்டுப் பிரசுரங்களையும், யுரேகா இதழ்கள் சிலவற்றையும், "மாத்தன் மண்புழுவின் வழக்கு' தொடரில் வந்த படைப்புகளின் ஆங்கில மொழிபெயர்ப்பையும் யுனெஸ்கோ அலுவலகத்தில் கொடுத்திருந்தேன்.

நான் யுனெஸ்கோ அலுவலகத்திற்கு தனியாகத்தான் சென்றேன். அது பெரிய அலுவலகம். பெரிய ஆடம்பரம். நான் முக்கியமாக யுரேகா அலுவலகத்திற்கு மட்டும்தான் சென்றிருக்கிறேன். குழந்தைகளுக்கிடையில் புழங்குவதில்தான் அனுபவம் பெற்றிருக்கிறேன். அதனால் சற்று அச்சத்துடன் யுனெஸ்கோவின் நீண்ட வராந்தாக்களில் நடந்து நடந்து கல்வித்துறையை அடைந்தேன். அங்கே வரவேற்பறையில் ஒரு வெள்ளைக்காரப் பெண் இருந்தார்கள். நான் விவரம் சொன்னவுடன் அவர்கள் தொலைபேசி எடுத்து பிரஞ்சு மொழியில் உள்ளே ஏதோ பேசினார்கள். நான் நடுங்கும் இதயத்துடன் காத்திருந்தேன். சட்டென்று கதவைத்தள்ளித் திறந்துகொண்டு யுனெஸ்கோவின் கல்வித் துறைத் தலைவர் திரு. அப்பாயா வெளியே வந்தார். அவரைச் சற்று நன்றாகப் பார்ப்பதற்கு முன்பு, புன்னகைத்து குட் ஈவினிங் என்று சொல்வதற்கு முன்பு அவர் என்னைக் கட்டித் தழுவிச் சொன்னார்: "Professor sivadas, your MATHEW THE EARTH WORM is wonderful. I read it several times. "மாத்யூ த எர்த் வாம்" என்றால் மண்புழு. அது நன்றாக இருக்கிறதாம். அவர் அதைப் பல முறை வாசித்தாராம். மீண்டும் அவர் மாத்தன் மண்புழுவைப் பற்றிப் பாராட்டிப் பேசினார்.

கேரளத்திலிருந்து எவ்வளவோ தூரத்தில் நாகரீகர்களின் சொர்க்கமான பாரீஸில் ஒரு பெரிய அதிகாரி மாத்தனைப் புகழ்கிறார். யுரேகாவைப் பாராட்டுகிறார். நான் அதைக் கேட்டு மிகவும் பெருமை கொண்டேன். பிறகு பணிவுடன் அவருக்கு நன்றி சொன்னேன். அவர் என்னை இரட்டை நாற்காலியில் அமர வைத்தார். என் பக்கத்தில் அமர்ந்தார். அவரின் சக ஊழியர்களை அழைத்தார். மாத்தன் மண்புழுவின் வழக்கை அவர்களிடம் விவரித்தார். பிறகு எல்லோரும் சேர்ந்து என்னிடம் கேள்வி கேட்டார்கள். யுரேகாவுக்கு எத்தனை கம்ப்யூட்டர்கள் இருக்கின்றன? எத்தனை ரிசர்ச் ஆஃபீசர்கள் இருக்கிறார்கள்? நீங்கள் எப்படி இதுபோன்ற விஷயங்களைக் கண்டுபிடிக்கிறீர்கள்? என்றெல்லாம் அவர்கள் கேட்டுக் கொண்டிருந்தார்கள். நம் கம்ப்யூட்டர்கள் நாம்தான் என்றும், சியாம்குமாரைப்போன்ற கிராமியக் குழந்தைகள்தான் நம் ரிசர்ச் ஆஃபீசர்கள் என்று சொன்னால் அவர்களுக்குப் புரியுமா? அதனால் நான் பேரவையின் செயல்பாட்டு முறைகளை என்னால் முடிந்தவரையில் விளக்கமாகச் சொன்னேன். விடைபெறும்போது திரு. அப்பாயா சொன்னார்: "You are a model for UNESCO. We must have some joint projects." "you"

என்றால் நான் அல்ல. கேரள அறிவியல் இலக்கியப் பேரவை. பேரவை, யுனெஸ்கோவுக்கு ஒரு முன்மாதிரியாக இருக்கிறதாம். பேரவையும், யுனெஸ்கோவும் கூட்டாகச் சேர்ந்து சில திட்டங்களை செயல்படுத்த வேண்டுமாம்.

ஊருக்குத் திரும்பி வந்த பிறகு நான் இந்தக் கதைகளையெல்லாம் பேரவைச் செயல்பாட்டாளர்களிடம் சொன்னேன். அவர்களுக்கு இந்தச் செய்திகள் பெரிதும் உத்வேகமளித்தன.

இந்த நிகழ்ச்சிகளுக்குப் பிறகு மாத்தன் மண்புழுவின் வழக்கை புத்தகமாக்க வேண்டும் என்று முடிவு செய்தேன். யுரேகாவில் பிரசுரித்தவற்றையெல்லாம் சேர்த்து வைத்து ஆராய்ந்து பார்த்தேன். ஒரு மாத இதழின் வாடிக்கையாளர்களுக்கு அடிப்படையான விவரங்களைத் தரக்கூடியது என்றும், அவர்களுக்குச் சுவாரஸ்ய மளிக்கக்கூடியது என்றும் எனக்கு மீண்டும் தோன்றியது. ஆனால் ஒரு புத்தகமாக்குவதற்கான விவரம் அதில் இல்லை என்று உணர்ந்தேன். மண்புழுக்களைப் பற்றி மேலும் தகவல்கள் சேர்க்க வேண்டும். சேர்க்க வேண்டும் என்றால் படிக்க வேண்டும்.

அவ்வாறு நான் மண்புழுக்களைப் பற்றிப் படிக்கும் மாணவன் ஆனேன். அந்தப் படிப்பு, மண்புழுக்களின் பெருமையை விளக்கும் டார்வினின் புத்தகத்தில் தொடங்கியது. அப்படிப்பட்ட முக்கியமான புத்தகங்கள் சி. எம். எஸ். கல்லூரியின் விலங்கியல் பிரிவு நூலகத்திலிருந்து எனக்குக் கிடைத்தன. அப்போது என் நண்பர் ஏ.பி.தாமஸ் குழந்தைகளைக் கொண்டு மண்புழுக்களைப் பற்றிய ஒரு திட்டத்தைச் செயற்படுத்தினார். அது எனக்கு உதவிகரமாக அமைந்தது. அவர் தான் சேகரித்த மண்புழுக்களைப் பற்றிய இலக்கியங்களை எனக்குப் படிக்கக் கொடுத்தார். அதற்குப் பதிலாக, எனக்குக் கிடைத்ததையெல்லாம் நானும் கொடுத்தேன். நிறையப் பத்திரிகைகளிலிருந்து பல சுவையான விவரங்கள் கிடைத்தன. உபாசி, கோட்டயத்தில் மண்புழு விவசாயத்தைப் பற்றி (வெர்மி கல்ச்சர்) ஒரு கூட்டம் நடத்தினார். பிறகு கொச்சியில் சுற்றுச் சூழலைப் பற்றி மற்றொரு கூட்டமும் நடத்தினார். Sustainable Farming and Environment- SSFE seminar) அந்த இரண்டு கூட்டங்களிலும் வாசிக்கப்பட்ட கட்டுரைகளின் பிரதிகள் உபாசியைச் சேர்ந்த திரு. ஜேக்கப் மானியும், திரு. அருணும் எனக்குத் தந்தார்கள். தேர்வுக்குப் படிக்கும் ஒரு மாணவனைப்போல நான் எல்லாவற்றையும் படித்தேன். சந்தேகங்களைத் தெரிந்தவர்களிடம் கேட்டு தெளிவுபடுத்திக்கொண்டேன். அவ்வாறு மண்புழுக்களைப் பற்றி படித்தபோதுதான் மண்புழு விவசாயத்தைப் பற்றியும் புத்தகத்தில் சேர்க்க வேண்டும் என்று புரிந்துகொண்டேன். புத்தகம் வெறும் மண்புழு பற்றிய புத்தகமாக இருந்தால் போதாது. அதில் இன்னும் பெரிய விசாலமான பின்னணி வேண்டும் என்று புரிந்துகொண்டேன். இயற்கை விவசாயத்தைப் பற்றிச் சொன்னால்தான் அந்தப் பின்னணி உருவாகும் என்று தெளிவானது.

இயற்கை விவசாயம் செய்கிற சிலரின் விவசாய நிலங்களைப் பார்த்து, விஷயங்களை நேரடியாகப் புரிந்துகொள்ள முடிந்தது எனக்குப் பெரிதும் உதவியாக அமைந்தது. அப்படி இரண்டு வருடங்களுக்கும் மேலான காலத்தைப் படிப்பதிலும், சிந்திப்பதிலும், திட்டமிடுவதிலும் செலவிட்டேன். வேறு எந்தப் புத்தகம் எழுதுவதற்கும் நான் இவ்வளவு அதிகமாகக் கஷ்டப்பட்டதில்லை. இறுதியில் நான் எழுதத் தொடங்கினேன். யுரேகாவில் வந்த பகுதிகளில் தேவையானதை மட்டும் எடுத்துக்கொண்டேன். அதையெல்லாம் மீண்டும் எழுதிச் செப்பனிட்டேன். யுரேகாவில் வந்த பகுதிகளை முன் வைத்தே தொடங்கலாம் என்று முடிவு செய்தேன். சியாம்குமாரின் கடிதம் மிகவும் அழகான கடிதம் என்பதும் இதற்கு ஒரு காரணம். அதனுடனான உணர்வுரீதியான தொடர்பும் மற்றொரு காரியம். மிச்சமெல்லாம் புத்தகத்திற்காகப் புதிதாக எழுதினேன். எழுதி முடித்த பிறகு மாத்தன் மண்புழுவின் வழக்கு மேலும் சிறப்பாக அமைந்தது. அனைத்துயிர்க்கும் தன் வாழ்வை நிலைநிறுத்துவதற்கான தகுதி உண்டு என்ற, அனைத்திற்கும் நீதி கிடைக்க வேண்டும் என்ற ஆசையும் இயல்பாகவே இந்த எழுத்துக்களில் கலந்திருந்தது.

இதை இந்த வடிவத்தில் புத்தகமாக வெளியிடும்போது என் மனது கடப்பாட்டாலும், நன்றியாலும் நிறைகிறது. முதலில் நான் சியாம்குமாரைத்தான் நினைவுகூர்கிறேன். 1986 - ஆம் ஆண்டு ஐந்தாம் வகுப்பு படித்தவர் இன்று பதின்பருவத்தைக் கடந்திருப்பார் என்றாலும் எனக்கு சின்ன சியாம்குமார்தான். இந்த நேரத்தில் நான் ராஜமோகன், எஸ்.எஸ்.ஆலும்கடவு, அனில், உண்ணி, பத்தியூர் முதலான யுரேகா நண்பர்களையும் நினைவுகூர்கிறேன். உபாசி விஞ்ஞானிகளான ஜேக்கப் மானியும், அருணும், பேரவையின் நூற்றுக்கணக்கான நண்பர்களும் பலவிதங்களில் உதவியிருக்கிறார்கள். எல்லோருக்கும் என் நெஞ்சம் நிறைந்த நன்றி.

வாசகர்கள், என் மற்றொரு நூலான 'படித்தாலும் படித்தாலும் தீராத புத்தகத்திற்குத் தந்த வரவேற்பை, இந்த 'மாத்தன் மண்புழுவின் வழக்கு' நூலுக்கும் தருவார்கள் என்று நான் நம்புகிறேன். இந்த நூல் வாசகர்களின் இயற்கை குறித்த பிரக்ஞையை புதிய தளங்களுக்கு உயர்த்தும் என்னும் நம்பிக்கையுடன்,

நேசத்துடன்,

பேராசிரியர். எஸ். சிவதாஸ்

பொருளடக்கம்

இணைப்புகள்

மாத்தனின் விண்ணப்பம்

நான்,

மண்ணடி கிராமத்தைச் சேர்ந்த இட்டுப்பு மகன் மாத்தன் மண்புழு.

மதிப்பிற்குரிய யுரேகா இதழின் முன்னால் நான் சமர்ப்பிக்கும் விண்ணப்பம் என்னவெனில், இதுநாள் வரையில் இரவுபகலாக மண்ணை உழுது விவசாயிகளுக்கு உதவி செய்துகொண்டிருக்கும் என்னை தயவு செய்து ஒரு விவசாயத் தொழிலாளியாக அங்கீகரிக்க வேண்டும். இன்றுவரை நான் என் வேலைக்காக எந்த மனிதரிடமும் ஒரு பைசாகூட கூலி வாங்கியதில்லை. எனக்கு இப்போது மிகவும் வயதாகிவிட்டது. முன்புபோல வேலை செய்யவும் முடியவில்லை. அதனால் எனக்கும் விவசாயத் தொழிலாளிகளுக்கான ஓய்வூதியம் வழங்க வேண்டும் என்று வேண்டிக் கேட்டுக்கொள்கிறேன். இன்றுவரை இந்த ஓய்வூதியம் மனிதர்களான விவசாயத் தொழிலாளிகளுக்கே வழங்கப்படுகிறது என்று கேள்விப்பட்டேன். நானும் அவர்களைப்போலத்தானே வேலை செய்கிறேன். எனக்கும் அவர்களுக்குச் சமமான கூலி வேண்டாமா? அதனால் என் மிகவும் நியாயமான கோரிக்கையை நிறைவேற்றி எனக்கு உதவி செய்யவேண்டும் என்று மிகவும் பணிவுடன் கேட்டுக்கொள்கிறேன்.

மண்ணடி
மாத்தன் மண்புழு

1. 1. 86

(ஒப்பம்)

(மேற்கண்ட விண்ணப்பத்தை மாத்தனின் சிறிய நண்பன் ஆர். சியாம்குமார் (ஐந்தாம் வகுப்பு, என். ஏ.ஐ.யு.பி.எஸ்., சௌதி, கொச்சி-682007) மூலம் 4. 1. 86 அன்று பெறப்பட்டது என்றும், மேல் நடவடிக்கைகளுக்காக உடன் மாண்புமிகு துறை அமைச்சர் அவர்களுக்கு அனுப்ப முடிவு செய்யப்பட்டிருப்பதாகவும், உயர்திரு மாத்தன் அவர்களுக்கு அறிவிக்கப்படுகிறது.

(ஒப்பம்)

5. 1. 86
கோட்டயம்

யுரேகா இதழுக்காக,
இதழாசிரியர் பேராசிரியர் எஸ். சிவதாஸ்

அமைச்சருக்கு விண்ணப்பம்

மாண்புமிகு சமூகநலத் துறை அமைச்சர் அவர்களுக்கு,

மண்ணடி கிராமத்தைச் சேர்ந்த இட்டுப்பு மகன் மாத்தன் மண்புழு அவர்கள், அவரின் நண்பனான சியாம்குமார் மூலம் எங்களுக்கு அனுப்பிய ஓய்வூதிய விண்ணப்பத்தை உங்கள் பரிசீலனைக்காக நாங்கள் சமர்ப்பிக்கிறோம்.

உயர்திரு மாத்தனையும், அதன் இனத்தைச் சேர்ந்தவர்களையும் வெகுகாலமாக நாங்கள் நன்றாக அறிவோம். அவர்கள் செய்து கொண்டிருக்கும் மகத்தான சேவையை எல்லாக் காலங்களிலும் வாழ்ந்த மேதைகள் போற்றிப் புகழ்ந்திருப்பதை நாங்கள் உங்களுக்கு நினைவூட்டுகிறோம். அரிஸ்டாட்டில் மண்புழுக்களை "பூமியின் குடல்" (Intestines of earth)என்று சிறப்பிக்கிறார். டார்வின் நாற்பதாண்டு காலம் மண்புழுக்களின் செயல்பாடுகளை உற்றறிந்தார். பிறகு அவர் மண்புழுக்களைப் பற்றி மிகவும் புகழ் பெற்ற புத்தகம் ஒன்று எழுதினார். டார்வின் நூலின் ஆங்கிலப் பெயர் - The formation of vegetable mould through the action of worms with observation on their habits என்பதாகும்.

"மனிதனின் மிகவும் பழமையான, முக்கியமான ஒரு கண்டுபிடிப்புதான் கலப்பை. அதற்கும் எத்தனையோ காலம் முன்பிருந்தே மண்புழுக்கள் இந்த பூமியின் மண்ணை தொடர்ச்சியாக உழுதுகொண்டிருக்கின்றன. அவற்றின் இந்தச் செயல்பாடு இன்றும் தொடர்ந்துகொண்டிருக்கிறது. உலக சரித்திரத்தில் இந்தளவு பெரும் பங்கு வகிக்கும் மற்ற ஒரு பிராணி இல்லை." மாமேதை டார்வினின் இந்த வாசகங்கள், மாத்தன் இனத்தவர் பன்னெடுங்காலமாகச் செய்துவரும் சேவையைத் தெளிவுபடுத்துகின்றன அல்லவா!

நாங்கள் மேலதிகமாக ஒன்றும் எழுதவில்லை. மனித குலத்தைச் சேர்ந்த எந்த விவசாயத் தொழிலாளியையைவிடவும் மாத்தன் அதிகமாக சேவை செய்திருக்கிறார். எனவே ஐயா அவர்கள் கருணைகொண்டு, மாத்தனின் இந்த வயதான காலத்தில் அவருக்கு விவசாயத் தொழிலாளி ஓய்வூதியம் வழங்க ஆவன செய்யும்படி வேண்டிக் கேட்டுக்கொள்கிறோம்.

மாத்தனின் விண்ணப்பத்தின் பேரில் மிக விரைவில் நடவடிக்கை எடுப்பீர்கள் என்று நம்புகிறோம்.

அன்புடன்

(ஒப்பம்)

யுரேகா இதழுக்காக,

இதழாசிரியர், பேராசிரியர்

எஸ். சிவதாஸ்

கோட்டயம்

5. 1. 86

மாத்தனின் விண்ணப்பம் நிராகரிப்பு

கேரள அரசு சமூகநலத்துறை அமைச்சர் அலுவலகம்
திருவனந்தபுரம், 25 . 1. 86

பொருள்: விவசாயத் தொழிலாளி பென்ஷன்
பார்வை: 6. 1. 86. யுரேகா கடிதம்.

மண்ணடி கிராமத்தைச் சேர்ந்த இட்டுப்பு மகன் மாத்தன் மண்புழு யுரேகா வழி சமர்ப்பித்த விண்ணப்பம் கிடைக்கப் பெற்றோம்.

மேற்படி விண்ணப்பத்தின் பேரில் விரிவாக விசாரணை நடத்தி மண்ணடி கிராம அலுவலர் சமர்ப்பித்த அறிக்கையின்படி, மேற்படி ஊரிலும் அதன் சுற்றுப்புறங்களிலும் மக்கள் பரந்த அளவில் ரசாயன உரங்களும், பூச்சிக்கொல்லி மருந்துகளும் பயன்படுத்தி விவசாயம் செய்து வருவதால் எல்லா மண்புழுக்களும் மண்மூடிப்போனதாகத் தெரியவருகிறது.

எனவே மேற்படி விண்ணப்பம் பொய்யானதென்றும், அரசு கஜானாவின் பணத்தைப் பறிக்க சியாம்குமார், யுரேகா முதலானோர் சதி செய்து உருவாக்கியதென்றும் அனுமானிக்க வேண்டியிருக்கிறது. இந்த சதித்திட்டத்திற்குத் துணை நின்றவர்களைக் கடுமையாக எச்சரித்து மாத்தன் மண்புழுவின் விண்ணப்பத்தைத் தள்ளுபடி செய்து உத்தரவிடுகிறோம்.

இப்படிக்கு

(ஒப்பம்)

துறை மந்திரிக்காக,
என். எஸ். ஆலும்கடவு.

நீதிமன்றத்தில் மாத்தன் மண்புழு

வி.எம்.ராஜமோகன். கொல்லம், மே 1, 1986

உயர்திரு மாத்தன் மண்புழு உயர்நீதிமன்றத்தில் வழக்குத் தொடுக்க முடிவு செய்திருக்கிறார். அவரது ஓய்வூதிய விண்ணப்பம் நிராகரிக்கப்பட்ட செய்தியை அவரிடம் சொல்வதற்காக சவர தெற்கு பீகில் யுரேகா பாலர் சங்க செயல்பாட்டாளர்கள் சென்றார்கள். உயர்திரு மாத்தன் மண்புழு, அப்போது இந்த விவரத்தை அவர்களிடம் தெரிவித்தார். இந்தக் கட்டுரையை எழுதும் நானும் அப்போது அவர்களிடையே இருந்தேன்.

ஓய்வூதியம் மறுக்கப்பட்ட செய்தியை அறிந்தவுடன் அவர் மிகப் பெரும் துயரத்தில் ஆழ்ந்தார். வெகுநேரம் அசையாமல் தரையில் அப்படியே கிடந்தார். பிறகு தலையைத் தூக்கி பாலர் சங்க உறுப்பினர்களுடன் பேசினார்.

மனிதர்கள் வெகுகாலமாக எந்தக் கட்டுப்பாடும் இல்லாமல் பூச்சிக்கொல்லிகளையும், ரசாயன உரங்களையும் பூமியில் கொட்டுகிறார்கள் அல்லவா? இத்தகைய நவீன விவசாய முறை கோடிக்கணக்கான மண்புழுக்களையும், மற்ற நிறைய ஐந்துக்களையும், தாவரங்களையும் அழித்திருக்கும் விஷயத்தை அவர் சுட்டிக்காட்டினார். இப்படியான சுற்றுச்சூழல் மாசுபாடு மனிதனின் அழிவிற்கே காரணமாகுமென்றும் அவர் அறிவித்தார்.

பேராசைக்கார காட்டுக் கொள்ளையர்களுக்கு துணை நிற்கும் இன்றைய அரசாங்கம், தன்னைப்போன்ற ஏழை விவசாயத் தொழிலாளியின் கோரிக்கையை நிராகரித்ததில் வியப்பொன்றுமில்லை என்று மாத்தன் கூறினார்.

இயற்கையின் அழிவு இப்படியே தொடர்ந்தால் பூமியில் உயிர்கள் அழியத்தான் செய்யும். இன்று மனிதர்கள் இயற்கையை அழிப்பதற்கு எதிராக ஊர்ந்து செல்லும் பிராணிகளின் ஊர்வலம் ஒன்று நடத்துவதைப் பற்றி தீவிரமாக யோசித்து வருவதாகவும் அவர் அறிவித்தார். அதற்காக உடனே ஒரு ஆலோசனைக் கூட்டம் நடத்த இருக்கிறார். அந்தக் கூட்டத்திற்குத் தலைமை ஏற்க கேரள அறிவியல் இலக்கியப் பேரவையின் தலைவர் பேராசிரியர் எம்.கே.பிரசாத் அவர்களை அழைத்திருக்கிறாராம். மாத்தனின் மண்ணடி வீட்டில் உள்ள மற்ற மண்புழுக்கள்தான் இந்த ரகசியத்தை வெளியிட்டார்கள்.

நான் நீதிமன்றத்தில் போடவிருக்கும் வழக்கில் துறை அமைச்சரையும், அவரின் செயலாளர் என்.எஸ்.ஆலும்கடவையும் எதிர்க்கட்சியாக்குவேன் என்று மாத்தன் உறுதியாகச் சொன்னார். இதைப்போல யுரேகாவும் தன் தரப்பு நியாயத்தை வாதிடத் தயாராக இருக்கும் என்றும் அவர் நம்பிக்கை தெரிவித்தார்.

இந்தப் போராட்டத்தில் எல்லா இயற்கை ஆர்வலர்களும் மாத்தனுக்கு ஆதரவாக அணி திரள்வார்களா? காலம்தான் பதில் சொல்ல வேண்டும்.

மாத்தனின் வழக்கு தள்ளுபடி?

அனில் எம். பி. எடப்பால், மே, 13, 1986

சிறப்பு நிருபர்

மாத்தனின் வழக்கை காக்கை நீதிமன்றம் தள்ளுபடி செய்ததாக தெரியவருகிறது. இந்தக் கட்டுரையை எழுதும் என் வீட்டுக்குப் பக்கத்தில் உள்ள ஆலமரத்தில்தான் காக்கை நீதிமன்றம் கூடியது. அந்த நீதிமன்றச் செயல்பாட்டில் நூற்றுக்கணக்கான காகங்கள் கலந்துகொண்டன.

உயர்திரு மாத்தன் உயர்நீதி மன்றத்தில் வழக்குத் தொடுக்க முடிவு செய்திருக்கும் விவரத்தை காகங்களெல்லாம் யுரேகா படித்துத் தெரிந்துகொண்டன. தன் இனத்தைச் சேர்ந்தவர்கள் மண்ணடி கிராமத்திலும் அதன் சுற்றுப்புறங்களிலும் இல்லை என்று அரசாங்கம் சொல்வது தவறு என்பதுதானே மாத்தனின் வாதம். மாத்தனின் இந்த அறிவிப்பு காக்கை நீதிமன்றத்தின் கவனத்துக்குக் கொண்டுவரப்பட்டது. அப்போது மாத்தனுக்குக்கூட செய்தி அனுப்பாமல் திடீரென்று காக்கை நீதிமன்றம் கூடியது.

மண்ணடி கிராமத்திலும் அதன் சுற்றுப்புறத்திலும் உள்ள நிறைய காக்கைகள் சாட்சிகளாக வந்திருந்தன. சமீப காலத்தில் தாங்கள் தின்பதற்கு ஒரே ஒரு மண்புழுகூட கிடைக்கவில்லை என்று அந்தக் காக்கைகள் கூறின. மண்ணடி கிராமத்தில் மண்புழுக்கள் இல்லையென்பதுதான் அதன் பொருள். காக்கை நீதிமன்றம் இப்படித் தீர்ப்பு சொன்னது.

காக்கை நீதிமன்றம் கூடியிருக்கும் விவரத்தை மண்ணடி கிராமத்தின் சில மண்புழுக்கள் அறிந்தார்கள். அவர்களில் வீரம் மிகுந்த இரண்டு மூன்று மண்புழுக்கள் நீதிமன்றம் நடக்கும் இடத்திற்கு ஊர்ந்து சென்றார்கள். மண்ணடி கிராமத்தில் மண்புழுக்கள் உண்டு என்று நிரூபிப்பதுதான் அவர்களின் லட்சியம்.

ஆனால், அவர்களைக் கண்டதும் காக்கைகள் பறந்து வந்து கொத்தி அவர்களை விழுங்கிவிட்டன. எனவே அந்த மண்புழுக்களால் சாட்சி சொல்ல முடியாமல்போய்விட்டது. இந்தச் செய்தி அறிந்தால் மாத்தன் மிகவும் வருந்துவார் என்பது நிச்சயம்.

காக்கை நீதிமன்றத்தின் ஆணவமான நடவடிக்கையும், அவற்றின் தீர்ப்பும் எனக்கு மிகவும் திகைப்பளித்தன. இயற்கை நேசர்கள் இதை ஒரு பலத்த அடியாகத்தான் கருதுவார்கள். அவர்கள் வலுவான எதிர்வினையுடன் அரங்கத்திற்கு வருவார்கள் என்பது நிச்சயம்.

காக்கை நீதிமன்றத்திற்கு எதிராக மாத்தன்

"இரும்பு அடிக்கும் இடத்தில் ஈக்கு என்ன வேலை? மண்புழுவின் வழக்கில் காக்கைக்கு என்ன வேலை?"

இப்படிக் கேட்பது, உயர்திரு மாத்தன் மண்புழு அவர்கள். மாத்தனின் வழக்கை காக்கை நீதிமன்றம் நிராகரித்த விவரத்தை யுரேகா பிரதிநிதி மாத்தனிடம் அறிவித்தார். அப்போதுதான் மாத்தன் இப்படிப் பதில் சொன்னார்.

நான் மண்ணடி கிராமத்தில் ஒரு தோப்பில் அவரைப் பார்த்தேன். நிழலில் ஒரு சருகுக்குக் கீழே மண்ணில் இறங்கிக்கொண்டிருந்தார் அவர். மண்ணைத் தின்று மண்ணுக்குள் இறங்கும் வித்தைதான் அவருக்கு நன்றாகத் தெரியுமே! அவர் மிகவும் வேலை நெருக்கடியில் இருந்தாலும், நான் கட்டாயப்படுத்தியதால் என்னுடன் சற்று நேரம் பேசினார். "காக்கைக்குப் பார்த்தாலே தெரியும், கொக்கிற்கு பட்டால்தான் புரியும் என்று ஒரு பழமொழி இருக்கிறதே! காக்கைகளுக்கு அறிவு இருக்கிறது என்பதைத்தானே இது காட்டுகிறது?" என்று நான் மாத்தனிடம் கேட்டேன்.

"காக்கைகளுக்கு அறிவு இருக்கிறது. திறமையும் அதிகமாக இருக்கிறது. அதெல்லாம் சரிதான். ஆனால், சமீப காலத்தில் அவற்றின் குறும்புத்தனமும் அதிகமாகிவிட்டது. என்ன, நான் சொல்வது சரிதானே?" என்று மாத்தன் கேட்டார்.

"காக்கைகள் எதையும் தின்னும். பார்ப்பதையெல்லாம் கொத்தித் தின்று அவை சீக்கிரம் வயிற்றை நிறைத்துக்கொள்ளும். அப்புறம் அவற்றிற்குப் பெரிய வேலை ஒன்றுமில்லை. அப்படி மிச்சப்பட்ட நேரத்தில் அவை போக்கிரித்தனம் காட்டுகின்றன. மற்ற பிராணிகளைத் துன்புறுத்துவது அவற்றிற்கு ஒரு பொழுதுபோக்கு. தேவையான விஷயத்திலும், தேவையற்ற விஷயத்திலும் காக்கைகள் கழுத்தை நுழைக்கும். பல பிராணிகளைக் கொல்லும். அவ்வாறு காக்கைகளும் மனிதர்களைப்போல இயற்கைக்கு ஒரு அச்சுறுத்தலாகி வருகின்றனவா?" என்று மாத்தன் சந்தேகத்தை வெளிப்படுத்தினார்.

மாத்தன் நடைமுறையில் உள்ள சட்டங்களை முன்வைத்து காக்கைகளுக்குச் சவால் விட்டார். "காக்கைகளுக்கிடையே ஏற்படும் பிரச்சினைகளைத் தீர்ப்பதற்காகத்தான் காக்கை நீதிமன்றம் கூட வேண்டும். காக்கை நீதிமன்றம் வெறும் குடும்ப நீதிமன்றம்தான்.

மண்புழு வழக்கைக் கையாளும் அதிகாரம் காக்கை நீதிமன்றத்திற்கு இல்லை. சமீப காலத்தில் காக்கைகள் தின்பதற்கு மண்புழுக்கள் கிடைக்கவில்லையல்லவா, அந்த வெறுப்பினால்தான் அவை இப்படி நடந்துகொள்கின்றன."

காக்கை நீதிமன்றத்தை தான் அங்கீகரிக்கவில்லை என்று மாத்தன் உறுதியாகச் சொன்னார். "என் வழக்கை உயர்நீதிமன்றம்தான் கவனிக்க வேண்டும். மனிதர்கள் நடத்தும் உயர்நீதிமன்றம்!" என்று மாத்தன் பிரத்தியேகமாக அழுத்திச் சொன்னார். அந்த நீதிமன்றத்தில் உள்ள நீதிபதிகளுக்கு கொஞ்சமாவது இயற்கையின் நியதிகள் தெரிந்திருக்கும் என்பதுதான் அவர் நம்பிக்கை.

தான் உடனே முதலமைச்சருக்கு ஒரு புகார் கொடுக்கப்போவதாக மாத்தன் தெரிவித்தார். அந்தப் புகாராலும் பயன் எதுவும் இல்லையென்றால் நிச்சயமாகவே உயர்நீதிமன்றத்திற்குச் செல்வேன் என்றார். பிறகு அவர் "இனி நான் என் வேலையைச் செய்கிறேன்" என்று சொல்லி மண்ணுக்குள் சென்றார்.

மாத்தன் சொன்னதுதான் சரி என்பது இந்த கட்டுரையாளனின் கருத்து. "இரும்பு அடிக்கும் இடத்தில் ஈக்கு என்ன வேலை?"

ஜூன் 12, 1986   (யுரேகா பிரதிநிதி எஸ். சிவதாஸ்)

முதலமைச்சருக்கு மாத்தனின் விண்ணப்பம்

பெருமதிப்பிற்குரிய மாண்புமிகு முதலமைச்சர் அவர்களின் மேலான பார்வைக்கு, மண்ணடி கிராமத்தைச் சேர்ந்த இட்டுப்பு மகன் மாத்தன் மண்புழு சமர்ப்பிக்கும் மேல்முறையீடு.

நான் 1. 1. 1986 - இல் யுரேகா சிறார் மாத இதழ் மூலமாக விவசாயத் தொழிலாளர் ஓய்வூதியத்திற்கு விண்ணப்பித்திருந்தேன். ஆனால், சமூகநலத்துறை அமைச்சர் அவர்கள் என் விண்ணப்பத்தைத் தள்ளுபடி செய்துவிட்டார்கள். அளவுமீறிய பூச்சிக்கொல்லிகள் காரணமாகவும், ரசாயன உரங்கள் காரணமாகவும் என் குடும்பத்தினர் அத்தனை பேரும் மாண்டு மண்ணுக்குள் போனதாக, மண்ணடி கிராம அதிகாரி அறிக்கை அளித்திருக்கிறார்.

சமூகநலத்துறை அமைச்சரின் உத்தரவின்பேரில் விசாரணைக்காக மண்ணடி கிராமத்திற்கு வந்த கிராம அலுவலர் என்னிடம் ஆயிரம் ரூபாய் லஞ்சம் கேட்டார். நான் என் வாழ்க்கையில் இதுவரை ஒரே ஒரு ரூபாவைக்கூட கண்ணால் பார்த்ததில்லை. எனக்கு லஞ்சம் கொடுக்கும் பழக்கமும் இல்லை. வாங்கும் பழக்கமும் இல்லை. இதை தாங்கள் அறிய வேண்டும். லஞ்சத்தை விடுங்கள், நான் செய்யும் வேலைக்கான கூலியைக்கூட வாங்கிப் பழக்கமில்லையே எனக்கு! இப்படி கிராம அதிகாரி லஞ்சம் கேட்ட விவரத்தை, துறை அமைச்சரின் செயலருக்கு என் நண்பன் சியாம்குமார் மூலமாகச் சொல்லி யிருந்தேன்.

ஆயினும் செயலர் என்.எஸ்.ஆலும்கடவு, கிராம அதிகாரியுடன் சேர்ந்து துறை அமைச்சரின் மூலம் என் ஓய்வூதிய விண்ணப்பத்தைத் தள்ளுபடி செய்திருக்கிறார்.

இது எனக்கு பெரும் துயரமளிக்கிறது என்றும், இச் செயலை நான் கடுமையாக எதிர்க்கிறேன் என்றும் தாங்கள் புரிந்துகொள்ள வேண்டும். துறை அமைச்சரின் முடிவு நீதிக்கு ஏற்றதல்ல. அதனால் அவர் முடிவை நிராகரிக்க வேண்டும் என்று பணிவுடன் கேட்டுக்கொள்கிறேன்.

உண்மைநிலையைத் தெரிந்துகொள்ள, மண்ணடி கிராமத்தின் உயர் அதிகாரிகள் மூலம் ஆய்வு செய்யும்படி நான் தாங்களிடம் வேண்டுகிறேன். அப்போதுதான் உண்மை வெளிச்சத்திற்கு வரும். அப்போது தாங்கள், என் கிராமத்தில் நானும் என் குடும்பத்தினரும் நடத்திக்கொண்டிருக்கும் தியாக வாழ்வை அறிவீர்கள்.

தவறான அறிக்கை அளித்த கிராம அதிகாரியையும், அவருக்குத் துணை நின்ற என். எஸ். ஆலும்கடவையும் தண்டிக்க வேண்டும் என்று கேட்டுக்கொள்கிறேன். அப்படிச் செய்தால்தான் இதுபோன்ற குற்றங்கள் இனி நடக்காது.

மிக விரைவில் எனக்கு ஓய்வூதியம் வழங்கும்படி வேண்டுகிறேன்.

தாழ்மையுடன்

மண்ணடி

(ஒப்பம்)

ஜூலை 13, 1986

(மாத்தன் மண்புழு)

(மாத்தனின் நண்பன் சியாம்குமார், மாத்தனுக்காக இந்த விண்ணப்பத்தை எழுதி முதலமைச்சருக்கு அனுப்பியிருக்கிறார் என்று யுரேகா நிருபர் தெரிவித்திருக்கிறார்)

மாத்தன் கட்சி தொடங்குவாரா?

(பிரத்தியேக நிருபர், யுரேகா செய்தி சேவை)

உயர்திரு மாத்தன் அவர்கள் கட்சி ஆரம்பிப்பாரா? அடுத்த தேர்தலில் போட்டியிடுவாரா? இந்தக் கேள்விகளுக்கான பதில்களை அறிந்துகொள்ள எண்ணற்ற வாசகர்கள் ஆர்வத்துடன் காத்திருக்கிறார்கள். அவர்களின் வேண்டுகோளை ஏற்று எங்கள் நிருபர் நேற்று இரவு மாத்தனைச் சந்தித்து உரையாடினார்.

ஒரு சிறிய கட்சி ஆரம்பித்து சுலபமாக அமைச்சர் ஆவதற்கு தான் விரும்பவில்லை என்று மாத்தன் உறுதியாகச் சொன்னார். "கேரளத்தில் உள்ள சில சாமர்த்தியசாலிகளைப்போல தேங்காய்மூடிக் கட்சி ஆரம்பித்து மக்களைச் சுரண்ட எந்த மண்புழுவும் விரும்பாது. அது எங்கள் இனத்திற்குரிய குணம் அல்ல." என்றார் மாத்தன். மேலும் அவர், "இயற்கையில் மண்புழுக்களுக்கு அவற்றிற்கான இடம் இருக்கிறது. இயற்கையோடு இசைந்து, இயற்கை தங்களுக்கு அளித்திருக்கும் பொறுப்புகளை அழகாக நிறைவேற்றி வாழ்வதுதான் மண்புழுக்களின் லட்சியம். இயற்கையில் இடம்பெற்றிருப்பது மண்புழுக்கள் மட்டும் அல்ல. மனிதர் உட்பட்ட அனைத்து உயிர்களுக்கும் அந்தந்த நிலைக்கான இடம் இருக்கிறது. எல்லா கண்ணிகளும் ஒன்றுடன் ஒன்று பிணைந்திருக்கின்றன. அதுபோலத்தான் இயற்கையில் பல வித உயிரினத்தின் இடமும் இருக்கிறது. எல்லாமும் முக்கியம். இயற்கையின் பார்வையில் எல்லா உயிரினங்களும் சமம்தான். ஆனால் சோஷலிசத்தைப் பற்றி பிரச்சாரம் செய்யும் மனிதத் தலைவர்கள் பலருக்கும் இந்த உண்மை இன்னும் புரியவில்லை" என்று கேலியாகச் சொன்னார்.

மண்ணுக்குள் ஊர்ந்து செல்வதற்கு முன்பு மாத்தன் எச்சரித்தார்:

"காற்றும், நீரும், மண்ணும் மாசடைந்தால் - மண்புழுக்கள் மட்டுமல்ல, மற்ற உயிரினங்களும் அழியும். மனிதனும் அழிவான். ஆனால் இந்த விஷயத்தை மனிதன் மறந்துவிட்டான். இயற்கையுடன் மிகவும் இசைந்து வாழ்கிற மண்புழுக்களை மனிதன் முன்மாதிரியாகக் கொள்ள வேண்டும். அப்படிச் செய்தால்தான் மனிதனுக்கு எதிர்காலம் இருக்கும். இல்லையென்றால் மனித குலம் அழியும் என்பதில் சந்தேகம் வேண்டாம்."

கேரள மக்களே, மாத்தனின் எச்சரிக்கையை கவனியுங்கள் என்பதுதான் இந்தக் கட்டுரையாளனின் வேண்டுகோள்.

"மாத்தன் மண்புழு மண்ணரிப்பைத் தடுப்பாரா?"

மாத்தன் மண்ணரிப்பைத் தடுப்பாரா?

தன் ஆய்வு முடிவுகளை மதிப்பிட்டு முனைவர் பத்தியூர் கோபிநாத்
ஒரு அறிவியல் உண்மையை வெளியிடுகிறார்

அன்புள்ள மாத்தனுக்கு,

உன் ஓய்வூதிய விஷயத்தை மீண்டும் பரிசீலிக்கப்படும் என்று துறை அமைச்சர் உறுதியளித்ததாக நான் பத்திரிகைகளில் படித்தேன். உனக்கு ஓய்வூதியம் கிடைத்ததா? அல்லது உறுதியளித்த அமைச்சர் ஒளிந்துகொண்டாரா? அதுபோன்ற உறுதிகளால் எந்தப் பயனும் இல்லை மாத்தா. நீ நீதிமன்றத்தில் வழக்குத் தொடுக்க வேண்டும். உன் தரப்பு நியாயத்தை வலுவாக வாதிட வேண்டும். நானும் என் ஆய்வு முடிவுகளை நீதிமன்றத்தில் சமர்ப்பித்து உனக்காக வாதிடுகிறேன்.

என் ஆய்வு முடிவுகள் என்னவென்று உனக்குத் தெரியவேண்டுமா? சொல்கிறேன், கேள். செங்குத்தான குன்றின் சரிவுகளில் மண்ணரிப்பைத் தடுப்பதற்கான சிக்கன வழிகளைப் பற்றித்தான் நான் ஆய்வு செய்தேன். நாங்கள் நடைமுறையில் உள்ள பலவிதமான விவசாய முறைகளைக் கையாண்டு பார்த்தோம். அவையெல்லாம் மண்அரிப்புக்கும் காரணமாகின்றன என்று நாங்கள் அறிந்தோம். அந்தப் பிரதேசத்தில் ஒரு ஹெக்டேரில், ஒவ்வொரு வருடமும் 350 டன் மண் அடித்துச் செல்லப்பட வாய்ப்பு இருக்கிறது என்று எங்களுக்குப் புரிந்தது. ஒரு லாரியில் பத்து டன் மண் கொள்ளும் என்று வைத்துக்கொள்ளுங்கள். அப்படியென்றால் 35 லாரி மண் அடித்துச் செல்லப்படும் வாய்ப்பு இருந்தது! இப்படி மண்ணெல்லாம் அடித்துச் செல்லப்பட்டால் இந்தக் கேரளம்தான் இருக்குமா?

நாங்கள் தொடர்ந்து ஆய்வு செய்துகொண்டிருந்தோம். அப்போதுதான் ஒரு கண்டுபிடிப்பு நடந்தது. சில பாகங்களில் மண்ணரிப்பு குறைந்து வந்தது; பிறகு மண்ணரிப்பே இல்லாமலானது. நாங்கள் அந்த ப்ளோட்டுகளை (இடங்களை) பரிசோதித்தபோது ஒரு விஷயம் தெளிவாகத் தெரிந்தது. உயிர்பொருட்கூறு அதிகமுள்ள இடங்களில்தான் மண்ணரிப்பு குறைந்து வந்தது.

அதற்கு என்ன காரணம்? நாங்கள் அந்த இடங்களில் உள்ள மண்ணைப் பரிசோதித்தோம். அப்போதுதான் அந்த ரகசியத்தைக்

கண்டுபிடித்தோம். அந்தப் பகுதியில் மண்புழுக்கள் நிறைய இருந்தன. உயிர்பொருட்கூறு அதிகமாக இருந்ததால் மண்புழுக்கள் பெருகின. இந்த மண்புழுக்கள் மண்ணில் நிறைய சிறு துளைகளை ஏற்படுத்தின. மழை பெய்யும்போது மண்ணில் விழும் மழை நீர் இந்தத் துளைகளில் கசிந்து இறங்கும். மண் தண்ணீர் குடிப்பதுபோலத் தோன்றும். அந்தப் பிரதேசத்தில் உள்ள மண் 'ஸ்பாஞ்ச்' போலச் செயல்பட்டிருக்கிறது. தண்ணீரை உள்ளே இழுத்துக்கொண்டது. அப்போது மழை நீர் மண்ணுக்கு மேலே பாய்ந்து செல்வதில்லை. பிறகு எப்படி மண்ணரிப்பு ஏற்படும்? மண்புழுக்கள் குறைவான பாகத்தில் துளைகளும் குறைவாக இருக்கும். தண்ணீர் மண்ணுக்குள் கசிந்து இறங்காது. அதனால் தண்ணீர் பாய்ந்தோடும். மண்ணரிப்பு ஏற்படும்.

நாங்கள் ஆய்வு செய்யும்போது வேறொரு விஷயத்தையும் கண்டுபிடித்தோம். அது என்ன தெரியுமா? மண்புழு தின்று வெளியேற்றும் மண்ணும் மண்ணரிப்பைத் தடுக்கும்.

மண்புழுக்கள் மண்ணைத் தின்னும் அல்லவா? இப்படித் தின்னும் மண்ணை பிறகு பின் பகுதியில் வெளியேற்றும். அப்படி வெளியே வந்த மண்மீது மழை நீர் விழுந்தால் நிறைய மண் அடித்துச் செல்லப்பட மாட்டாது. மழைத் துளிகளின் பலத்தைத் தடுப்பதற்கான சக்தி மண்புழு எச்சமிட்ட மண்ணுக்கு உண்டு. சாதாரண மண்ணைவிட ஐந்து முதல் ஐம்பது மடங்குவரை சக்தி மிக்கது இந்த மண். அதனால் மண்புழுவின் எச்சமான மண் அதிகமாக உள்ள பரப்பில் மண்ணரிப்பு ஏற்படாது.

மாத்தா, நான் ஒன்றும் கப்சா விடவில்லை. நான் சொன்னதெல்லாம் உண்மை. துல்லியமான கணக்கும் விவரங்களும் என்னிடம் உள்ளன. அவற்றை நான் நீதிமன்றத்தில் சமர்ப்பிப்பேன்; உனக்காக வாதாடவும் செய்வேன். நீயும் உன் இனத்தவர்களும் மண்ணரிப்பைத் தடுக்கக்கூடிய வல்லமை பெற்றவர்கள் என்பதில் எந்த சந்தேகமும் வேண்டாம்.

இப்படிக்கு,
உன் ரசிகர்களில் ஒருவன்
முனைவர். பத்தியூர் கோபிநாத்

விவசாயப் பல்கலைக்கழகம்
திருச்சூர், 25. 8. 1987

மாத்தனுக்கு பிரிட்டனில் அங்கீகாரம்

லண்டன் கடிதம். சிறப்பு நிருபர்

நம் அன்பிற்குரிய மாத்தன் மண்புழு விவசாயத் தொழிலாளி ஓய்வூதியம் வேண்டி நடத்தி வரும் போராட்டத்தைப் பற்றி யாவரும் அறிவீர்கள். நம் நாட்டை ஆள்பவர்களுக்கு மாத்தனின் மதிப்பு இன்னும் தெரியவில்லை. ஆனால் பிரிட்டனில் இதற்கு நேர்மாறான நிலை உள்ளது.

இங்கிலாந்தில் ரோதாம்ஸ்ட்டட் (Rothamoted Experimental Station) மையத்தில் மண்புழுக்களைப் பற்றி விரிவாக ஆராய்ந்து வருகிறார்கள். நான் நேற்று அந்த ஆய்வு மையத்திற்குச் சென்று அங்குள்ள விஞ்ஞானி முனைவர் எம்.எட்வர்டுடன் இந்த விஷயம் குறித்துப் பேசினேன். மண்ணில் மண்புழுக்கள் அதிகமாக இருந்தால் மண்ணின் போஷாக்கு அதிகரிக்கும் என்று கண்டுபிடித்ததாக அவர் சொன்னார்.

மண்ணில் மண்புழுக்களின் எண்ணிக்கையை எப்படி அதிகரிப்பது? அதற்கு மண்ணில் உயிர் கழிவை (Biomass) வேண்டும். குப்பை கூளத்தையும், பிற தாவரப் பகுதிகளையும் மண்ணுக்குக் கொடுக்க வேண்டும். மனித மலத்தையும், விலங்குகளின் எச்சத்தையும் சேர்க்கலாம். நகரங்களிலிருந்து வரும் பலவிதமான உணவு மிச்சங்களையும் போடலாம். மண்ணில் கலக்கக்கூடிய தாவரங்களையோ, விலங்குக் கழிவுகளையோதான் போடவேண்டும். (மண்ணில் கலக்க முடியாத பிளாஸ்டிக் பொருட்களை இடக்கூடாது என்று பொருள்) விவசாய நிலங்களிலிருந்து கிடைக்கும் பயனற்ற மிச்ச மீதியையும் இடலாம். ஒவ்வொரு வகை மிச்சமீதியை மண்புழுக்கள் எவ்வளவு விரைவாகப் பயன்படுத்துகின்றன? எப்படி மண்ணில் எவ்வளவு விரைவாக போஷாக்கு அதிகரிக்கிறது? இந்த விஷயத்தைப் பற்றி ரோதாம்ஸ்ட்டட் ஆய்வு மையத்தில் ஆராய்ந்து வருகிறார்கள்.

மண்ணில் மண்புழுக்களின் எண்ணிக்கையைக் கட்டுப்படுத்தும் மற்ற பல அம்சங்களும் உண்டு. எந்த வகை விவசாயம் செய்யப்படுகிறது? என்னவெல்லாம் உரங்கள் இடப்படுகின்றன? என்னென்ன பூச்சிக்கொல்லிகள் பயன்படுத்தப்படுகின்றன? மண்ணில் எந்தளவு அமிலத்தன்மை உண்டு? என்று பல அம்சங்கள் உள்ளன. செயற்கை உரங்கள் மண்ணின் அமிலத்தன்மையில் பெரிய மாற்றங்களை

ஏற்படுத்தும். செயற்கை உரங்களின் பயன்பாடும், பூச்சிக்கொல்லிகளின் உடயோகமும் மண்புழுக்களின் அழிவுக்குக் காரணமாகின்றன. அதனால் மண்புழுக்கள் பெருக வழி செய்யும் ஒரு விவசாய முறைதான் நமக்கு வேண்டும் என்று முனைவர் எட்வர்ட் வலியுறுத்திச் சொன்னார்.

பெட், பெட்

பெட் (BET) என்றால் நாம் பந்தயம் கட்டுவதைப் பற்றித்தான் நினைப்போம். இன்று மழை பெய்யுமா, அமைச்சர் வாக்குறுதியைக் காப்பாற்றுவாரா, தேர்வில் முதல் வகுப்பு கிடைக்குமா... என்று பல விஷயங்களிலும் நாம் பெட் வைப்போம். ஆனால் நான் இங்கிலாந்தில் பார்த்தது முற்றிலும் வித்தியாசமான ஒரு பெட். அந்த பெட் (BET) மாத்தனுடன் தொடர்புடைய ஒன்று; அது ஒரு சுருக்கப்பேர். பிரிட்டிஷ் எர்த்வாம் டெக்னாலஜி (British earthworm technology) என்பதுதான் அதன் விரிவாக்கம். எர்த்வாம் என்றால் மண்புழு. இந்த நிறுவனம் மண்புழு வளர்ப்பதற்கான தொழில்நுட்ப அறிவு தரும். மண்புழு வளர்ப்பதற்குத் தேவையான முக்கியமான உதவிகளையும் செய்யும். இந்த நிறுவனம், விவசாயிகளுக்கு ஏற்ற மண்புழுக்களைத் தரும். தேவையான கருவிகளையும் தரும். மண்புழு விவசாயிகள் உற்பத்தி செய்வதை விற்பதற்கும் இந்த நிறுவனம் உதவி செய்யும். பலவிதமான மிச்சமீதிகளை மண்புழுக்களின் உதவியுடன் தனிப்பிரித்து உரங்கள் தயாரிக்கவும் முடியும். எந்த வகைக் கழிவை, அல்லது மிச்சமீதியை எப்படிக் கையாள வேண்டும் என்று பெட்காரர்கள் சொல்லிக்கொடுப்பார்கள்.

மண்புழு விவசாயத்திலிருந்து உருவாகும் முக்கியமான உற்பத்தி என்ன தெரியுமா? மண்புழுக்கள்தான். நன்றாக வளர்ந்து பெருகும் மண்புழுக்களை பலவித கழிவுப் பொருட்களில் வளர்க்கிறார்கள். இப்படி சேகரிக்கப்படும் மண்புழுக்களின் மாமிசம் மிகவும் சுவையாக இருக்கும்! அதைக் கோழித் தீவனமாகவும் பயன்படுத்தலாம். கோழிக்கு

மட்டுமல்ல, மீனுக்கும் பன்றிக்கும் மண்புழு தீவனத்தைக் கொடுக்கிறார்கள். மண்புழு ஊட்டச் சத்து நிறைந்தது. உலர்ந்த மண்புழுவில் 60 - 70 சதவிகிதம் இறைச்சி இருக்கிறது. 7 - 10 சதவிகிதம் கொழுப்பு இருக்கிறது. 8 - 20 சதவிகிதம் மாவுப்பொருள் இருக்கிறது. 2 - 3 சதவிகிதம் தாதுப்பொருட்களும் (Minerals) நயாசின், விட்டமின் பி 12 முதலிய நிறைய உயிர்ச் சத்துக்கள் இருக்கின்றன. மண்புழுக்களின் மாமிசம் மிகவும் சுவையாக இருக்கும். அந்த மாமிசத்தில் மிகவும் முக்கியமான (உயிரினங்களுக்கு மிகவும் தேவையான) அமினோ அமிலங்கள் உண்டு. சாதாரண மாமிசத்தைவிட, மீனைவிட மண்புழு மாமிசம்தான் சிறந்தது! இது போதாதா?

இவ்வளவு படிக்கும்போது சிலரின் வாயிலாவது நீர் ஊறுகிறது அல்லவா? அது இயல்பானதுதான். எதிர்காலத்தில் உணவு விடுதிகளில் மண்புழு சூப் விலை உயர்ந்த ஒரு உணவாக இருக்கும். அதற்கு ஏற்ற மண்புழுக்களை பிரத்தியேகமாக வளர்ப்பார்கள். கோழிக்குக் கொடுப்பதற்காக வளர்க்கப்படும் மண்புழுக்களுக்கு எந்தக் கழிவையும் கொடுக்கலாம். ஆனால் மனிதன் தின்பதற்கான மண்புழுக்களை நல்ல தீனி கொடுத்து வளர்ப்பார்கள். அப்படித் தரமான மண்புழுக்களை உருவாக்கி சுவை மிகுந்த சூப் தயாரிப்பார்கள்! பெட்டில் ஒரு நிபுணர் இதைச் சொன்னபோது என் வாயிலும் நீர் ஊறியது!

கோழிகளின் எதிர்ப்பு

நமது நிருபர்

யுரேகாவில் வந்த ஒரு செய்தியை வாசித்து அகில கேரள கோழிப் பேரவை திடுக்கிட்டுவிட்டது. அது பலமான எதிர்ப்பையும் தெரியப்படுத்தியிருக்கிறது.

"மாத்தனுக்கு பிரிட்டனில் அங்கீகாரம்" என்னும் செய்திதான் கோழிகளைத் திடுக்கிட வைத்தது. பிரிட்டனின் மண்புழு நிறுவனமான 'பெட்' பல வித உயிர்க் கழிவுகளைக் கொடுத்து மண்புழுக்களை வளர்க்கிறார்கள் என்று செய்தி வெளியாகியிருந்ததை வாசகர்கள் அறிவார்கள். மண்புழுக்கள் நல்ல உணவு என்ற கருத்தை மண்புழுக்கள் தலையசைத்து ஆமோதித்தன. செய்தியின் அந்தப் பகுதியை வாசித்த ஒரு சேவல் "கொக்கரக்கோ!' என்று மகிழ்ச்சியாகப் பாடியது.

கோழிகளுக்கு தீவனமாகக் கொடுக்க மண்புழுக்களைப் பயன்படுத்துகிறார்கள் என்பதில் கோழிகளுக்கு மகிழ்ச்சிதான். ஆனால், எந்தக் கழிவையும் மண்ணில் சேர்த்து அதில் வளர்கிற மண்புழுக்களைக் கோழிக்குக் கொடுக்கலாம் என்று கட்டுரையாளர் எழுதியிருந்ததுதான் கோழிகளைத் திடுக்கிடச் செய்தது. "எந்துப் பயனற்ற உயிர்க் கழிவையும் மண்புழுக்கள் தின்னும். இதைக் கோழிகள் ஏற்றுக்கொள்கின்றன. நகரங்களிலிருந்து வெளியேற்றப்படுகின்ற கழிவுகளை இப்படிப் பயன்படுத்தலாம். அப்போது இந்தக் கழிவுகள் நல்ல உரமாக மாறும். மண்புழுக்களைப் பயன்படுத்தி இப்படிக் கலப்பு உரம் தயாரிக்கலாம். வெர்மி கம்போஸ்டிங் (Vermi Composting) என்பது இதன் பெயர் என்று கோழிகள் விவரித்தன. கழிவு கலப்பு உரமாக மாறும்போது நிறைய மண்புழுக்கள் அதில் வளர்ந்து பெருகும். இந்த மண்புழுக்களைக் கோழித் தீவனமாக மாற்றலாம். இதுதான் திட்டம்.

நகரங்களிலிருந்தும், தொழிற்சாலைகளிலிருந்தும் வெளியேறும் கழிவு நீரை மண்புழுக்கள் வளரும் பரப்பில் (Vermi beds) வடிகட்டி நீரின் கழிவுத் தன்மையைப் போக்கலாம் என்றும் சில ஆராய்ச்சியாளர்கள் கண்டுபிடித்திருக்கிறார்கள். மண்புழுக்கள் கழிவுகளை உணவாகக் கொண்டு வளர்ந்து பெருகும். சுத்தமாக மாறும் தண்ணீரை மீண்டும் தொழிற்சாலைக்குப் பயன்படுத்தலாம்.

இந்த ஆராய்ச்சிகளையும், கழிவு நீக்கம் செய்யும் வழிகளையும் அகில கேரள கோழிப் பேரவை வரவேற்கிறது. ஆனால் முக்கியமாக ஒரு விஷயத்தைக் கவனிக்க வேண்டும் என்று பேரவையின் செயலாளர் திரு. சுந்தரன் சேவல் கூறியது. "மண்புழுக்கள் அவற்றின் உடலில் காட்மியம், நிக்கல், லெட், ஸிங்க் ஆகிய உலோகங்களை அதிகமாகச் சேர்த்து வைக்கும். இந்த உலோகங்கள் அடங்கிய கழிவுகளில்தான் மண்புழுக்கள் வளர்க்கப்படுகின்றன என்றால் மட்டுமே அவற்றின் உடலில் இந்த உலோக சேகரிப்பு நடக்கும். இப்படி மண்புழுக்கள் தங்கள் உடலில் இந்த உலோகங்களின் அம்சத்தை அதிகரிப்பதில் அவற்றுக்கு முக்கியமான தீங்கு எதுவும் ஏற்படுவதில்லை. அதாவது இந்த உலோகங்கள் மண்புழுக்களுக்கு விஷம் அல்ல. ஆனால், மண்புழுக்களின் உடலில் அதிகமாக உள்ள இந்த உலோகங்கள் மண்புழுக்களை உண்ணும் உயிரினங்களின் உடலுக்குள் செல்லும் என்பதை மறக்க வேண்டாம். மண்புழு சூப் வைத்து மனிதன் குடித்தால் இந்த உலோகங்கள் மனிதனின் உடலுக்குள் செல்லும். இந்த மண்புழுக்களை கோழிகளுக்குக் கொடுத்தால் என்ன ஆகும்?

இந்த உலோக அம்சம் கோழிகளின் உடலுக்குள் அதிகமான அளவுக்குச் சென்று விஷமாகச் செயல்படும். இதை கோழிப் பேரவை அங்கீகரிக்காது. இது பெரிய அநீதி அல்லவா?" மேலும் திரு. சுந்தரன் சேவல் கூறியதாவது, "மனிதர்கள் தின்பதற்காக மண்புழுக்களை வளர்க்கும்போது அவற்றிற்கு நல்ல உணவு கொடுக்கிறார்கள். மற்ற பிராணிகளுக்கு தீவனமாகக் கொடுப்பதற்கு, எந்தக் கழிவையும் தின்று வளர்ந்த மண்புழுக்களைப் பயன்படுத்தலாம் என்ற மனோபாவம் சரியல்ல. கழிவுகளில் விஷ அம்சங்கள் எதுவுமில்லை என்று உறுதிப்படுத்தப்பட்ட பிறகுதான் அதில் மண்புழுக்களை வளர்க்க வேண்டும் என்ற சட்டம் ஏற்படுத்த வேண்டும்!" சொன்ன பிறகு சுந்தரன் சேவல் உரக்கக் கூவியது.

பிறகு, "இப்படிச் செய்யவில்லை என்றால் அதன் விளைவுகளை மனிதர்கள் அனுபவிப்பார்கள்!" என்று எச்சரித்தது. அப்போது வெள்ளையம்மா என்ற பெட்டைக் கோழி சொன்னது: "விஷம் நிறைந்த மண்புழுக்களை நாங்கள் தின்றால் எங்கள் உடலில் விஷம் சேரும். மனிதர்கள் எங்களை ஏன் வளர்க்கிறார்கள்? செல்லம் கொடுத்துக் கொஞ்சுதற்காகவா? கொன்று தின்பதற்காகத்தானே! எங்கள் உடம்பில் விஷம் சேர்ந்தால் அது கடைசியில் மனிதர்களின் உடலில் சேரும்." என்று சொன்ன பெட்டைக் கோழி, சேவலுடன் சேர்ந்து நின்று "கொக்... கொக்...கொக்!" என்று சிரித்தது.

"இதில் இன்னொரு சிக்கலும் இருக்கிறது" என்றது திரு. சுந்தரன் சேவல். "இப்படித் தங்கள் உடலில் அதிக அளவு உலோக அம்சத்தைக் கொண்டிருக்கும் மண்புழுக்கள் எச்சமாக வெளித்தள்ளும் மண்ணிலும் உலோக அம்சம் அதிகமாக இருக்கும். அந்த மண்ணில் வளரும்

தாவரங்கள் இந்த உலோக அம்சத்தை அதிக அளவில் உறிஞ்சும். அது தாவரங்களுக்கு விஷமாகும்."

கோழிப் பேரவை, பத்திரிகையாளர் சங்கக் கட்டடத்தில் பிரத்தியேகமாக ஒரு கூட்டம் நடத்தியது. இந்தக் கூட்டத்தில்தான் கோழிப் பேரவையின் பொறுப்பாளர்கள் இந்த விஷயம் குறித்துக் கவன ஈர்ப்பு செய்தார்கள். அங்கே வந்திருந்த அனைத்துப் பத்திரிகையாளர்களும் கோழிகளின் கருத்தை ஏற்றுக்கொண்டார்கள்.

மாத்தன் மண்புழுவும், "உலோக மிச்சமீதிகளான நகர (தொழிற்சாலைக்) கழிவுகளில் வளரும் மண்புழுக்களில் பொதுவாக ஏறத்தாழ பன்னிரண்டு மடங்கு நிக்கல், ஸிங்க், லெட் (கருத்தீயம்), காட்மியம் ஆகியவை அடங்கியிருக்கின்றன என்று நிபுணர்கள் கண்டுபிடித்திருக்கிறார்கள். இவ்வகையான கழிவுகள் ஏற்படுவதைக் குறைக்க வேண்டும். ஏற்பட்டால் அதை வெளியே விடாமல் சுத்திகரிக்க முயல வேண்டும். இப்படிச் செய்யாமல் கழிவுப்பொருள் என்று பெயர் கொடுத்து அதை வெளியே விட்டு, மண்புழுக்கள் தின்னட்டும் என்பது சரியல்ல." என்று கருத்துத் தெரிவித்தார்.

மேலும் அவர், "இயற்கையைக் காப்பாற்ற கழிவுகளின் அளவைக் குறைக்க வேண்டும் என்பதை இந்தப் பிரச்சினை நினைவூட்டுகிறது." என்றார்.

புவி உச்சிமாநாடு நடந்த பிறகும் எனக்கு நல்லது நடக்கவில்லையே?

கேரள மக்களிடம் மாத்தன் கேள்வி

மண்ணடி கிராமத்தைச் சேர்ந்த இட்டுப்பு மகன் மாத்தன் மண்புழுவான நான் அனைத்துக் கேரளமக்களுக்கு முன்னால் வைக்கும் விண்ணப்பம்:

என்னவெனில், நாளிதுவரை நிரந்தரமாக மண்ணில் உழைத்து, மண்ணை அசைத்து, மண்ணைத் தின்று, அதை எச்சமாக வெளியேற்றி மண்வளத்தை அதிகரித்து உழவர்களுக்கு உதவி செய்து வரும் ஒரு விவசாயத் தொழிலாளி நான். ஆயினும் எனக்கு விவசாயத் தொழிலாளர் ஓய்வூதியம் வழங்க அதிகாரிகள் தயாராக இல்லை. சமூகநலத்துறை அமைச்சருக்கும், முதலமைச்சருக்கும் விண்ணப்பம் அனுப்பிவிட்டு நான் கடந்த ஆறு வருடங்களாகக் காத்திருக்கிறேன்.

என்னைப் பற்றி நன்றாகத் தெரிந்தும் கேரளமக்கள் எனக்காகக் குரல் கொடுக்க முன்வரவில்லை. இது குறித்து நான் பெரிதும் வருந்துகிறேன். நீங்கள் வேலை நிறுத்தம் செய்த நாட்களிலும், கடையடைப்பு செய்த நாட்களிலும் நான் பணிபுரிந்தேன். நீங்கள் ஓணமும், தீபாவளியும் கொண்டாடிய நேரத்திலும், நீங்கள் இரவுகளில் உறங்கிக்கொண்டிருக்கும் நேரத்திலும்கூட நான் மண்ணில் வேலை செய்து மண்ணின் தரத்தை மேம்படுத்திக்கொண்டிருந்தேன். உழைப்பில் ஈடுபட்டு துயரத்தை மறப்பவர்கள் நாங்கள்.

நான் இப்போது இப்படியெல்லாம் புலம்புவதற்குக் காரணம் உண்டு. 1992 - ஆம் ஆண்டு, ஜூன் மாதத்தில் பிரேசில் நாட்டில், ரியோ டி ஜனீரோ நகரத்தில் புவி உச்சி மாநாடு நடந்தது அல்லவா? உங்கள் பத்திரிகையாளர்கள், "மனித குல வரலாற்றில் மிகவும் முக்கியமான சம்மேளனம்" என்று அதைச் சிறப்பித்தார்கள். அந்த மகா சங்கமத்தின் செகரட்டரி ஜெனரலாக இருந்த டாக்டர் மொளரீஸ் ஸ்ட்ராங் (Dr. Maurice Strong) அந்தக் கூட்டத்தை "மனித குலத்தின் கடைசி நம்பிக்கை" என்று சிறப்பித்தார்.

உண்மையில் இந்த சிறப்பித்தல்களில் தவறு இருக்கிறது என்பதுதான் இந்த எளிய மண்புழுவின் நம்பிக்கை. அந்த மகா சங்கமம், மனித வரலாற்றை மட்டும் சார்ந்த ஒரு பெரிய கூட்டம் அல்ல. இந்த பூமியில்

உள்ள அனைத்து உயிரினங்களின் வரலாறு சார்ந்தும் மிகப் பெரிய தீர்மான மாநாடு அது. மனித குலத்தின் கடைசி நம்பிக்கையாக மட்டுமே அதைப் பார்த்திருக்கக் கூடாது. புல்லுக்கும், பூவுக்கும் உலகத்தில் உள்ள எல்லா உயிருக்கும் அது நம்பிக்கையளித்தது.

இதைக் கேட்கும்போது சிலருக்குச் சிரிப்பு வரலாம். புல்லுக்கா? பூவுக்கா? அப்படிக் கேட்டு அவர்கள் சிரிக்கலாம். விஷயத்தைச் சரியாகப் புரிந்துகொள்ளாததுதான் அந்தச் சிரிப்புக்குக் காரணம். புவி உச்சி மாநாட்டின் முழக்கமே "சுற்றுச்சூழலும் நிலையான வளர்ச்சியும்" என்பதுதானே. நிலையான வளர்ச்சி என்றால், நிலைநிற்கிற, நிலைநிறுத்துவதற்கு ஏற்ற, நிலையுறுதியுள்ள வளர்ச்சி என்பதுதானே அர்த்தம்? யாரை நிலைநிறுத்துவதற்கு ஏற்றது? யாருக்கு நிலைத் தன்மையை உறுதிப்படுத்துகிறார்கள்? மனிதர்களுக்கு மட்டுமா? அல்ல. அது சாத்தியமே அல்ல. மற்ற உயிரினங்கள் அழிந்தால் மனிதனால் இந்த உலகத்தில் நிலை நிற்க முடியாது. அப்படியென்றால், மனிதனின் நிலைநிற்பை உறுதிப்படுத்துவதற்காக, மற்ற உயிரினங்களின் பாதுகாப்பை நிலைநிறுத்த வேண்டும். எல்லா உயிரினங்களின் நிலைநிற்பை உறுதிப்படுத்திக்கொண்டுதான் மனிதன் இந்த உலகத்தில் நிலைத்து நிற்க முடியும். "லோகா ஸமஸ்தா சுகினோ பவந்து" என்ற வாக்கியத்தின் சரியான பொருளும் இதுதான். எல்லா உயிரினங்களும் நிலைபெற வேண்டும்; மகிழ்ச்சிகரமான சூழ்நிலை; ஒன்றுக்கொன்று இசைந்த வாழ்க்கை; நாமெல்லாம் ஒரு பெரிய வலையின் கண்ணிகள்தான் என்ற பிரக்ஞையுடன் கைகோர்த்து வாழும் வாழ்க்கை; பரஸ்பர உதவி. இதை

உறுதிப்படுத்துவதற்கு மனிதன்தான் பாடுபட வேண்டும். ஏனென்றால் அவன்தானே இன்று இயற்கையில் மிகவும் "பெரியவன்!"

இன்று சிறு குழந்தைகளுக்குக்கூட இந்த விஷயங்கள் எல்லாம் தெரியும். பூமியை ஒரே ஒரு வீடாக நாம் பார்க்க வேண்டும். மண்ணும், தண்ணீரும், காற்றும், பலவித உயிரினங்களும் ஒரு வலையின் கண்ணிகளைப்போல ஒன்றோடொன்று பிணைந்து கிடக்கின்றன. ஒன்று அழிந்தால் அது மற்றொன்றின் அழிவுக்கும் காரணமாகும். ஒவ்வொரு கண்ணிக்கும் அதற்கான இடம் உண்டு; முக்கியத்துவம் உண்டு. அதாவது, மண்புழுக்களான எங்களுக்கும், இயற்கையில் எங்களுக்குரிய இடம் உண்டு. நாங்கள்தான் முதன்முதலில் மண்ணைக் கிளறி, அந்த மண்ணை செடிகள் வசிப்பதற்குத் தகுதியுடையதாக்கினோம். மண்ணில் உள்ள குப்பைகூளமும், மற்ற தாவர மிச்சங்களும் மண்ணுடன் கலக்க வேண்டும். அந்தக் கழிவுகளில் உள்ள ஊட்டச் சத்துக்களை செடிகளுக்குப் பயன்படும் வகையில் மாற்ற வேண்டும். இது ஒரு பெரிய செயல். மிகவும் சிக்கலான வேலை. நிறைய உயிரிகள் இதற்காக வேலை செய்கின்றன. ஒவ்வொரு வித உயிரியும் அதன் பங்கு வேலையைச் செய்கிறது. எத்தனையோ நுண்ணுயிரிகள் அந்த மகத்தான செயலில் ஈடுபட்டிருக்கின்றன தெரியுமா! நான் அவற்றுக்கு உதவி செய்கிறேன். நான் மட்டுமல்ல, எல்லா மண்புழுக்களும் இச் செயலில் மேற்கொண்டிருக்கின்றன. நாங்கள் மண்ணைத் தின்று வெளியேற்றுவோம். நாங்கள் கழிவாக வெளியேற்றும் மண்ணைப் பார்த்திருக்கிறீர்கள்தானே? அதில் நுண்ணுயிர்கள் பெருகும். வளரும். கழிவுகளைத் தனிப்பிரித்து செடிக்குக் கொடுப்போம்.

இப்படி மண்புழுக்கள், மண்ணின் சத்தை நிலைநிறுத்துவதில் மிகவும் முக்கியமான பங்கு வகித்துக்கொண்டிருக்கின்றன. அந்த மண்புழுக்களின் பிரதிநிதிதான் நான்; மாத்தன் மண்புழு. வாழ்க்கை முழுதும் உழைத்து உழைத்து ஓடாய்த் தேய்ந்து முதுமையடைந்த ஒரு ஏழைத் தொழிலாளி. நான் எனக்கு அந்த அற்ப ஓய்வூதியத்தைக் கொடுக்கும்படிக் கேட்டேன். அதிகாரிகள் அசையவில்லை. புவி உச்சிமாநாட்டின் செய்திகள் எதுவும் கேரளத்திற்கு வரவில்லையா? மண்புழுவை அறிந்தவர்கள் இந்த நாட்டில் இல்லையா? இருக்கிறார்கள் என்றால் அவர்கள் முன்னால் வரட்டும். என் பிரச்சினையை முன்வைத்து அவர்கள் போராடட்டும். தீர்வு காணட்டும்.

கேரள மக்கள் நூறு சதவிகிதம் கல்வியறிவு பெற்றவர்கள் அல்லவா. அவர்கள் உண்மையில் கல்வி அறிவு பெற்றவர்கள்தானா என்று தெரிந்துகொள்ள இந்த ஏழை மாத்தன் காத்திருக்கிறேன்.

மண்ணடி

1. 6. 1993

உங்கள்

இட்டுப்பு மகன் மாத்தன்

(ஒப்பம்)

மக்கள் நீதிமன்றத்தில் மாத்தன் வழக்கு

நமது நிருபர் ஜூலை 10, 1993

பெருமைக்குரிய உயர்நீதிமன்றம் மாத்தன் மண்டுபுழுவின் வழக்கை மக்கள் நீதிமன்றத்திற்கு விட்டுக்கொடுத்திருக்கிறது.

யுரேகா பத்திரிகை ஆசிரியர்தான் மாத்தனின் வழக்கை நீதிமன்றத்தின் பார்வைக்குக் கொண்டுவந்தார். யுரேகா ஆசிரியர் குழு, மாத்தனின் ஓய்வூதிய விண்ணப்பம் முதற்கொண்டு அனைத்து ஆவணங்களையும் நேற்று நீதிமன்றத்தில் சமர்ப்பித்திருந்தது. நீதிமன்றம், மிகவும் முக்கியமான வழக்கு என்ற நிலையில் இன்றே இதை விசாரித்து தீர்ப்பளித்தது. அந்தத் தீர்ப்பு கீழே கொடுக்கப்பட்டிருக்கிறது.

"இது முற்றிலும் வித்தியாசமான வழக்கு. மனிதர்களின் வழக்கைக் கையாள்வதற்குத்தான் இந்த நீதிமன்றத்திற்கு அதிகாரம் உள்ளது; அதுவும் நாட்டில் நடைமுறையில் உள்ள சட்டங்களுக்கு ஏற்றபடிதான் முடிவெடுக்க முடியும். ஆனால் இந்த வழக்கில் முக்கிய தரப்பு மாத்தன் மண்டுபுழு. அவர், நீண்ட நெடிய சேவைப் பாரம்பரியமுள்ள ஒரு இனத்தின் பிரதிநிதியாக இருக்கிறார். அறிவியல்பூர்வமான, அதைவிட மேலாக தார்மீகமான ஒரு பிரச்சினையில்தான் தீர்ப்புச் சொல்ல வேண்டும். இந்த நீதிமன்றத்தின் வரையறைக்குட்பட்டு இந்த வழக்கை விசாரிக்க முடியும் என்று நாங்கள் நினைக்கவில்லை.

அதே சமயம், நீதி மறுக்கப்பட்ட மாத்தனுக்கு நீதி கிடைக்கவும் வேண்டும். அதனால் நாங்கள் இந்த வழக்கை ஒரு மக்கள் நீதிமன்றத்தின் பொறுப்பில் விடுகிறோம். அந்த நீதிமன்றத்தின் முடிவை அரசாங்கம் ஏற்றுக்கொள்ள வேண்டும் என்று நாங்கள் கட்டாயப்படுத்தவில்லை. ஆனால், ஒரு ஜனநாயக நாட்டில் மக்களின் முடிவை அரசாங்கம் அங்கீகரிக்க வேண்டும். மக்களுக்காக மக்கள் தேர்ந்தெடுத்தவர்கள்தானே ஆட்சி செய்கிறார்கள்? அப்படியென்றால் ஒரு மக்கள் நீதிமன்றத்தின் முடிவை அங்கீகரிக்க அரசாங்கத்திற்கு தார்மீகக் கடமை உண்டு என்று நாங்கள் கருதுகிறோம்."

நீதிமன்றத் தீர்ப்பின் முக்கிய விவரங்கள் மேலே சுட்டிக்காட்டப் பட்டுள்ளன. மாத்தன் மண்புழுவின் வழக்கை மக்கள் நீதிமன்றத்தில் எந்தெந்த நீதிபதிகள் விசாரிக்க வேண்டும் என்றும் நீதிமன்றம் ஆலோசனை தெரிவித்துள்ளது. பிரபல சட்ட நிபுணரும், சமூகச் செயற்பாட்டாளருமான நீதிபதி ராமகிருஷ்ணன், மக்கள் நீதிமன்றத்தின் தலைவராக இருப்பார். கேரள அறிவியல் இலக்கியப் பேரவையின் சுற்றுச்சூழல் பிரிவின் தலைவரும், சுற்றுச்சூழல் பாதுகாப்பு இயக்கத்தின் முன்னணிப் போர்வீரருமான பேராசிரியர் எம். கே. பிரசாத் கூட்டப் பொறுப்பாளராக இருப்பார். மேலும், இந்திய அறிவியல் பேரவையின் கூட்டப் பொறுப்பாளரும், மக்கள் அறிவியல் இயக்கத்தின் தலைவருமான டாக்டர். எம். பி. பரமேஸ்வரன் அவர்கள், உயிரியல் நிபுணரும், ட்ராப்பிக்கல் பொட்டானிக்கல் கார்டனின் ஆராய்ச்சிப் பிரிவின் முன் இயக்குநருமான டாக்டர் எம். நம்பூதிரி அவர்கள் ஆகியோர் மக்கள் நீதிமன்றத்தின் மற்ற நீதிபதிகளாகச் செயல்படுவார்கள்.

நீதிமன்றம் உடனே தன் செயல்பாட்டைத் தொடங்கும் என்று எங்கள் செய்தியாளருக்குத் தகவல் கிடைத்திருக்கிறது. மக்கள் நீதிமன்றம் உருவாவதை, உயர்திரு. மாத்தன் மண்புழு அவர்களும் வரவேற்றுள்ளார்கள். மக்கள் நீதிமன்றத்தில் தன் தரப்பு நியாயத்தை எடுத்துச் சொல்லி வாதிட முன்வரவேண்டும் என்று அவர் இயற்கை ஆர்வலர்கள் அனைவருக்கும் வேண்டுகோள் விடுத்துள்ளார். கேரளம் முழுதும் பல இடங்களில் உள்ள இயற்கைப் பாதுகாப்பு அமைப்புகள் இந்த மக்கள் நீதிமன்றத்தை வரவேற்றுள்ளன. இந்த விபரம் அறிந்தபோது மண்ணடி கிராமத்தில் உள்ள எல்லா மண்புழுக்களும் மகிழ்ச்சியைத் தெரியப்படுத்திக்கொண்டன.

மாத்தன் வழக்கில்
வாதப் பிரதிவாதம் தொடங்குகிறது

நமது நிருபர் 10.8.93

மாத்தன் மண்புழு வழக்கில் வாதப் பிரதிவாதங்கள் தொடங்கின. மக்கள் நீதிமன்றத்தின் செயல்பாடு முற்றிலும் ஜனநாயகமாக இருக்கும் என்று நீதிமன்றத்தின் கூட்டப் பொறுப்பாளர் பேராசிரியர். எம்.கே. பிரசாத் அறிவித்திருக்கிறார். அதில் பங்குபெறுவதற்கான உரிமை அனைவருக்கும் உண்டு. யார் வேண்டுமானாலும் சாட்சி சொல்லலாம். வழக்கு தொடர்பான அதிகாரப்பூர்வமான நூல்கள், ஆராய்ச்சி விவரங்கள் முதலான ஆவணங்களையும், சொந்த அனுபவ விவரணைகளையும் மக்கள் நீதிமன்றத்தில் வெளிப்படுத்தி இந்த மக்கள் இயக்கத்தை வெற்றிபெறச் செய்யும்படி அவர் அனைவரையும் கேட்டுக்கொண்டுள்ளார். தங்கள் கருத்துக்களை எடுத்துச் சொல்லி வாதிடுவதற்கு பொதுமக்களுக்கு உரிமை உண்டு. மனிதர்களுக்கு மட்டுமல்ல, மண்புழுக்களுக்கும் மற்ற எல்லாப் பிராணிகளுக்கும் இந்த உரிமை உண்டு.

இயற்கை தொடர்பான ஒரு வழக்கை நாங்கள் நடத்துகிறோம். அதுவும் ஒரு மக்கள் நீதிமன்றத்தில் நடத்துகிறோம். அதனால் நீதிமன்றம் இயற்கைக்கு இறங்கி வரும் என்று அவர் கூறினார்.

நீதிமன்றம் அதன் அலுவலகத்தைவிட்டு இயற்கைக்கு இறங்கி வருவதா? அப்படியென்றால் என்ன என்று இந்தக் கட்டுரையாளர் கேட்டார்.

"ஆமாம். நீதிமன்ற அலுவலகத்தைவிட்டு நாங்கள் இயற்கைக்கு வருகிறோம். மண்ணடி கிராமத்தில் மாத்தனும், அவர் உறவினர்களும் வசிக்கின்ற தோப்புக்கு பக்கத்தில் இருக்கும் மாமரத்தின் அடியில்தான் நீதிமன்றம் கூடும். அந்த மிகப் பெரிய கருங்காலி மரத்தின் நிழலில் எத்தனைபேர் வேண்டுமானாலும் அமரலாம் அல்லவா. அங்கே குளிர்ச்சியாக இருக்கும். நல்ல காற்று வீசும். நமக்கு வியர்க்காது. இயற்கை அழகின் பின்னணியில் நாம் அமர்ந்திருக்கலாம். அங்கு அமர்ந்து வெளிப்படையாக விசாரணை நடத்தும்போது, இயற்கையில் உள்ள எல்லா உயிர்களும் அதைக் கேட்கலாம்; அதில் கலந்துகொள்ளலாம்." என்றார் எம். கே. பிரசாத்.

மண்ணடி கிராமவாசிகளுக்கு நிழலும் கனியும் அளித்து வந்தது அந்த வயதான மாமரம். அது இனி மக்கள் நீதிமன்றம் கூடும் இடமாக அமைந்து மகிழும். எல்லோரும் மாமரத்தடிக்கு அழைக்கப்படுகிறார்கள். வாருங்கள்!

எல்லா சாலைகளும் மண்ணடி கிராமத்திற்கு!

நமது நிருபர். 12.9.93.

எல்லா சாலைகளும் மண்ணடி கிராமத்தை நோக்கிச் செல்கின்றன! மண்ணடி கிராமத்தின் வழியே பயணிக்கும் எல்லோருக்கும் அப்படித்தான் தோன்றும். உயர்திரு. மாத்தன் மண்புழுவை ஒருமுறை பார்ப்பதற்கும், மண்புழு வழக்கின் வாதத்தைக் கேட்பதற்கும் நூற்றுக்கணக்கான மக்கள் மண்ணடி கிராமத்திற்கு வந்து கொண்டிருக்கிறார்கள். மாத்தன் மண்புழு ஒரு கதாநாயகனாக ஆகிவிட்டது. வழக்கின் வாதப்பிரதிவாதங்கள் நாளைதான் தொடங்குகின்றன. ஆனால், மக்கள் ஒருவாரம் முன்பிருந்தே மண்ணடியில் காத்திருக்கிறார்கள். இதுவரை அவர்கள் யாருக்கும் மாத்தனை நேரில் பார்க்க முடியவில்லை. உயர்திரு. மாத்தனுக்கும் அவர் இனத்தைச் சேர்ந்தவர்களுக்கும் ஈரமும் குளிர்ச்சியுமுள்ள சூழ்நிலையில்தான் வாழமுடியும். நல்ல வெயிலில் வர முடியாது. அதனால்தான் மண்ணடி கிராமத்தில் உள்ள தோப்பின் பக்கத்தில் நிற்கும் அந்தப் பெரிய மாமரத்தின் அடியில் நீதிமன்றம் கூடுவதற்கு ஏற்பாடு செய்யப்பட்டது. மண்புழுக்களின் வசதிக்காக நீதிமன்றம் தினமும் அதிகாலையில் கூடுமென்றும், வெயில் அதிகரிப்பதற்கு முன்பு கலையும் என்றும் பேராசிரியர் எம். கே. பிரசாத் அறிவித்தார்.

அதனால் நாளை அதிகாலையில் மாமரத்தடியில் ஒன்றுகூட வேண்டும் என்று அந்த ஊரில் உள்ள இயற்கை ஆர்வலர்களான மக்கள் முடிவு செய்திருக்கிறார்கள். மண்ணடி கிராமத்தில் உள்ள அந்தத் தோப்பு மிகவும் பழமையானது. அதன் ஒருபுறத்தில் பெரிய குளம் ஒன்று இருக்கிறது. ஒருபோதும் தண்ணீர் வற்றாத குளம் அது. பலவிதமான மரங்கள் அந்தத் தோப்பில் வளர்ந்திருக்கின்றன. அதன் மேற்பகுதி முழுதும் நிறையக் கொடிகள் படர்ந்திருக்கின்றன. பொதுவாக அந்தத் தோப்புக்கு யாரும் வருவதில்லை. தரை முழுதும் சருகுகள் வீழ்ந்திருக்கின்றன. அமைதியான அந்தச் சூழ்நிலை எவரையும் கவரக்கூடியது. அங்கே நடுப்பகலிலும் குளிராகத்தான் இருக்கும். அந்தத் தோப்புக்குள் வெயில் நுழையாது. மாமரத்தடியிலும் நல்ல குளிர் நிழல் இருக்கும். நாளை அங்கே கூட இருக்கும் மக்கள் நீதிமன்றம் எப்படி இருக்கும்? அங்கே தர்க்கங்களும் மோதல்களும் உருவாகுமோ? இந்தியாவில் இதற்கு முன்பு ஒரு மக்கள் நீதிமன்றம் இப்படியொரு இயற்கை வழக்கை நடத்தியதில்லை.

மாத்தனைப் பார்த்தபோது உணர்ச்சி பொங்கியது!

நமது நிருபர். 13.9.93.

ஒரு வழியாகக் கடைசியில் அந்த நல்லநாள் வந்துவிட்டது. மக்கள் மிகவும் ஆவலுடன் காத்திருந்த நாள். மாத்தன் மண்புழு வழக்கின் வாதங்களைக் கேட்கிற நாள். பொழுது விடியத் தொடங்கும்போதே மக்கள் நீதிமன்றத்தின் நீதிபதிகள் மண்ணடி கிராமத்திற்கு வரத் தொடங்கினார்கள். மக்கள் வாழ்த்துக் கூச்சலிட்டு அவர்களை வரவேற்றார்கள். தோப்பில் இருந்த கிளிகள் பாட்டுப் பாடின. அணில்கள் மாமரத்தைச் சுற்றி வந்து நடனமாடின. தும்பிகள் எங்கும் பறந்து தங்கள் மகிழ்ச்சியை வெளிப்படுத்தின. எங்கும் ஒரே திருவிழாக் கோலமாக இருந்தது. மண்ணடி கிராமத்தின் குழந்தைகள் நீதிபதிகளுக்குக் காட்டுப் பூக்கள் கொடுத்து வரவேற்றார்கள்.

மாத்தனுக்காக வழக்குரைஞர் சியாம்குமார் ஆஜரானார். அரசு தரப்பு வழக்குரைஞராக எம்.ஏ.ஜவகர் ஆஜரானார். பொதுவாக மண்புழுக்கள் பகல் நேரத்தில் வெளியே வந்து உலவுவதில்லை. அதனால் நீதிமன்றத்தில் நேரடியாக ஆஜராவதிலிருந்து மாத்தனுக்கு விலக்களிக்க வேண்டும் என்று வழக்குரைஞர் சியாம்குமார் கேட்டுக்கொண்டார். நீதிமன்றம் உடனே அந்தக் கோரிக்கையை ஏற்றுக்கொண்டது. ஆனால் மண்ணடியில் பெருந்திரளாகக் கூடியிருந்த மக்கள் "மாவீரர் மாத்தன் வாழ்க! மாவீரர் மாத்தன் வாழ்க!" என்று உரக்கக் கூச்சலிட்டார்கள். மக்களின் உணர்ச்சிப் பெருக்கையும், அவர்களுக்கு மாத்தனின் மீது உள்ள அன்பையும் பார்த்த நீதிமன்றம் என்ன செய்ய வேண்டும் என்று தெரியாமல் சற்று நேரம் திகைத்து நின்றது.

அப்போது அங்கே முற்றிலும் வித்தியாசமான ஒரு சம்பவம் நிகழ்ந்தது. மரக்கிளையில் அமர்ந்து எல்லாவற்றையும் பார்த்துக்கொண்டிருந்த அணில், தரைக்குத் தாவியது. அது, "ச்லீர்ச்! ச்லீர்ச்!" என்று உரக்கக் கத்தியது. பிறகு தோப்புக்குள் சென்றது. வெளியே வந்து மீண்டும் கத்தியது. நீதிபதிகள் முன்னால் தாவியது.

அது நீதிமன்றத்தில் ஏதோ சொல்ல முயன்றது. அது என்ன சொல்ல நினைக்கிறது? எல்லோரும் வியப்புடன் அந்த அணிலைப் பார்த்து நின்றார்கள். அது உடனே தோப்புக்கு ஓடிச் சென்றது. தோப்பு

ஆரம்பிக்கும் இடத்தில் கிடந்த கொஞ்சம் சருகுகளை விலக்கியது. சருகுகளுக்குள் இருப்பது என்ன? எல்லோரும் அந்த இடத்தைப் பார்த்தார்கள்.

அற்புதம்! அதோ அங்கே ஈரமண்ணில் மாத்தனும் அவர் தோழர்களும்! மக்களால் தங்கள் ஆவேசத்தைக் கட்டுப்படுத்திக்கொள்ள முடியவில்லை.

"மாத்தன் மண்புழு வாழ்க! வாழ்க!
மண்புழு மண்ணின் செல்வம்தான்
மாத்தன் நமது தங்கம்தான்!
பூச்சிக்கொல்லிகள் வேண்டாம், வேண்டாம்!
செயற்கை உரங்கள் வேண்டாம், வேண்டாம்!
இயற்கைமுறை விவசாயம்,
என்றும் நமக்கு வேண்டுமே!
மாத்தன் மண்புழு வாழ்க! வாழ்க!
மக்கள் மன்றமே நியாயம் செய்!
ஓய்வூதியம் உடனே வழங்கு!"

மக்களின் ஆவேசக் கூச்சலைக் கேட்டு மண்ணடி கிராமத்தின் மண் துகள்கூட சிலிர்த்தது. மக்கள் கைதட்டி, நடனமாடி, வாழ்த்துக்கூவி மாத்தனை வணங்கினார்கள். மக்களின் உணர்ச்சிப் பெருக்கைப் பார்த்த மாத்தன் சற்றுநேரம் தலைதூக்கி நின்றது. பிறகு மெதுவாகத் தலையைத் தாழ்த்தியது. மகிழ்ச்சியை அடக்க முடியாமல் உயர்திரு மாத்தனும் அவர் நண்பர்களும் மண்ணில் கிடந்து புரண்டார்கள். பிறகு மண்ணுக்குள் செல்ல வேண்டும் என்ற ஆசையை வெளிப்படுத்தினார்கள். உடனே அணில் அவர்களைச் சருகுகளால் மூடியது.

ஆனால் மக்களின் முழக்கங்கள் அப்போதும் நிற்கவில்லை. நீதிமன்றம் திரும்பத் திரும்ப வேண்டுகோள் விடுத்த பிறகுதான் அவர்கள் அமைதியடைந்தார்கள். அவ்வாறு மிகவும் உணர்ச்சிகரமான சூழ்நிலையில்தான் நீதிமன்றம் தொடங்கியது.

இந்த அறிக்கை தயாரிக்கும் நேரத்தில்தான் நீதிமன்றத்தின் வேலை தொடங்கியது. முழுவிவரங்களுக்கு அடுத்த அறிக்கை வரும்வரை காத்திருங்கள்.

மாத்தனுக்கு ஒய்வூதியம் இல்லை
– அரசு வழக்குரைஞர்

நமது நிருபர். 14 . 9. 93

மிகவும் உணர்ச்சிகரமான சூழ்நிலையில் நேற்று மாத்தன் மண்புழு வழக்கின் வாதம் தொடங்கியது. மாத்தனின் வழக்குரைஞரான சியாம்குமார்தான் வாதத்தைத் தொடங்கினார்.

"கேரளத்தில் விவசாயத் தொழிலாளிகளுக்கு ஒய்வூதியம் அனுமதித்தது ஏன்? அந்த ஏழைத் தொழிலாளிகள் மண்ணில் பாடுபட்டு உழைத்து வாழ்பவர்கள். அவர்கள் நெற்றி வியர்வையை நிலத்தில் சிந்தி உழைப்பதால்தான் கேரளம் வாழ்கிறது. ஒவ்வொரு அரிசி மணியிலும், ஒவ்வொரு மிளகிலும், ஒவ்வொரு மரவள்ளிக்கிழங்கிலும் நம் விவசாயத் தொழிலாளிகளின் உழைப்பு இருக்கிறது. வயதான காலத்தில் அவர்களைக் காப்பாற்ற வேண்டியது சமூகத்தின் கடமையாகும்.

"என் கட்சிக்காரர் உயர்திரு. மாத்தனின் பிரச்சினை, சாதாரண மனிதத் தொழிலாளர்களின் பிரச்சினையைவிட முக்கியமானதாகும். மனிதத் தொழிலாளர்கள் கூலி வாங்கிக்கொண்டுதான் வேலை செய்கிறார்கள். உயர்திரு. மாத்தனும் அவரைச் சேர்ந்தவர்களும் யாரிடமும் கூலி வாங்கியதாக வரலாறு இல்லை. அவர்களுக்கு ஒய்வு என்பதே இல்லை. அவர்கள் இரவு பகலாக பணி செய்துகொண்டே இருக்கிறார்கள். அவர்கள்தான் இந்த மண்ணின்மிகப் பெரிய உறவினர்கள். இப்படிப்பட்ட ஒரு இனத்தின் பிரதிநிதியான மாத்தனுக்கு முதுமைக்கால ஒய்வூதியம் வழங்குவது என்பது முற்றிலும் நியாயமானது. உயர்திரு. மாத்தனுக்கு எவ்வளவு விரைவில் முடியுமோ அவ்வளவு விரைவில் ஒய்வூதியம் வழங்கும்படிக் கேட்டுக்கொள்கிறேன்."

இதுதான் சியாம்குமாரின் வாதம்.

அரசுப் பிரதிநிதியான வழக்குரைஞர் எம். ஏ. ஜவகர், சியாம்குமாரின் வாதத்துக்கு எதிராக வாதிட்டார். முதலிலிலேயே அவர், "வெறும் ஒரு மண்புழுவின் பேரில் இவ்வளவு களேபரம் செய்வது அறிவுள்ள மனிதர்களுக்கு ஏற்றது அல்ல." என்றார். மேலும் அவர், "இங்கே எல்லோருக்கும் வேலை கொடுக்கக்கூட முடியவில்லை. அரசு ஊழியர்களுக்கு ஊதியம் கொடுக்கக்கூட பணம் இல்லாமல் அரசாங்கம்

தவிக்கிறது. விவசாயத் தொழிலாளி ஓய்வூதியம் என்பது மனிதர்களுக்காக செயற்படுத்தப்பட்ட திட்டம். எல்லா உயிரினங்களையும்விட மனிதன்தானே மிகவும் முக்கியமானவன்? அந்த மனிதனுக்காகத்தானே நம் அரசாங்கம் சட்டங்கள் இயற்றியிருக்கிறது. எனவே மாத்தனுக்கும், அவர் இனத்தவர்களுக்கும் ஓய்வூதியம் வழங்குவது என்பது சாத்தியமல்ல. இன்று மண்புழுக்களுக்கு ஓய்வூதியம் கொடுத்தால் நாளை தவளைகள் வந்து எங்களுக்கும் ஓய்வூதியம் வேண்டும் என்று கேட்காதா? எப்போதடா ஒரு போராட்டம் செய்வோம் என்று காக்கைகள், வாய்ப்பை எதிர்நோக்கியிருக்கும் காலமாக வேறு இருக்கிறது இந்தக் காலம். அதனால் தற்சமயம் மனிதர்களுக்கு மட்டும் ஓய்வூதியம் வழங்கினால் போதும் என்று அரசு முடிவு செய்திருக்கிறது."

"மாத்தனின் விண்ணப்பம் கிடைத்த காலத்தில் அரசின் பொருளாதார நிலை சற்று நல்ல நிலையில் இருந்தது. அதனால்தான் அவரது விண்ணப்பத்தின் பேரில் விசாரணை நடத்த முற்பட்டோம். அன்று, மாத்தன் மடிந்து மண்மூடிப்போனதாக தகவல் கிடைத்தது. இந்தத் தகவல் தவறாக இருக்கலாம். மாத்தன் உயிருடன் இருக்கிறார் என்று இப்போது நிரூபணம் ஆகிவிட்டது. ஆனால், மனிதர்களுக்குத்தான் ஓய்வூதியம் என்பதுதான் அரசாங்கத்தின் நிலைப்பாடு."

"அப்புறம், இப்போது இந்தளவு கொண்டாடப்படக்கூடிய அளவு மண்புழுக்களுக்கு முக்கியத்துவம் உண்டா என்று அரசுக்குச் சந்தேகம் உண்டு. மண்ணில் மண்புழுக்கள் மட்டும் இருந்தால் மண்ணின் ஊட்டச் சத்து நிலைக்குமா? மண்ணுக்கு உரம்போட வேண்டாமா? செயற்கை உரங்கள் இடவேண்டிய அவசியம் ஏற்படுகிறதே!

பூச்சிக்கொல்லி மருந்து தெளிக்காமல் எப்படி விவசாயம் செய்வது? பயிர்களைத் தாக்கும் பூச்சிகளை உங்கள் மாத்தன் தின்பாரா? நீங்களெல்லாம் விஷயங்களைச் சரியாகப் புரிந்துகொள்ளவில்லை. அதனால்தான் எதற்கெடுத்தாலும் மாத்தன் மாத்தன் என்று கத்திக் கூப்பாடு போடுகிறீர்கள்! இந்த நீதிமன்றம் வல்லுநர்களை இங்கே அழைத்து வந்து உண்மை நிலைகளை தெரியப்படுத்த வேண்டும். இப்படிப்பட்ட பொய் வழக்குகளைத் தள்ளுபடி செய்ய அதுதான் வழி." எம். ஏ. ஐவகரின் வழக்கு இப்படிச் சென்றது.

அவர் வாதிட்டுக்குக் கொண்டிருக்கும்போது மக்கள் தங்கள் எதிர்ப்பை வெளிப்படுத்திக்கொண்டிருந்தார்கள். ஆயினும் அவர் தன் கருத்தை துணிவுடன் வாதிட்டு நிறுவ மிகவும் பாடுபட்டார்.

நாளை சில வல்லுநர்களை அழைக்க வேண்டும் என்று நீதிமன்றம் அறிவித்தது. உண்மையை வெளிச்சத்துக்குக் கொண்டு வருவதுதான் நீதிமன்றத்தின் லட்சியம் என்று எல்லா நீதிபதிகளும் சொன்னார்கள். அவர்கள் இயற்கை ஆர்வலர்களிடம், மக்கள் அறிந்துகொள்வதற்காக எல்லா அதிகாரப்பூர்வ ஆவணங்களையும் சமர்ப்பிக்க வேண்டும் என்றும் கேட்டுக்கொண்டார்கள்.

வெயில் சுடேறும் நேரத்தில், காலை ஒன்பது மணிக்கு நீதிமன்றம் கலைந்தது. நாளைக் காலையில் வாதங்கள் தொடரும்.

மாத்தன் ஆள்மாறாட்டக்காரரா?

நமது நிருபர். 15. 9. 93

"மாத்தன் உயிருடன் இல்லை! மாத்தன் என்ற போர்வையில் வேறு ஏதோ மண்புழுதான் மண்ணடியில் தோன்றியது. அதனால் மாத்தன் மண்புழு வழக்கு மிகவும் சுலபமாகத் தள்ளுபடியாகிவிடும்!"

இந்தத் திடுக்கிடும் செய்தியை சமூகநலத்துறை அமைச்சர்தான் நேற்று அறிவித்தார். அவசர அவசரமாக ஏற்பாடு செய்யப்பட்ட ஒரு பத்திரிகையாளர் கூட்டத்தில்தான் அமைச்சர் இந்த ரகசிய விவரத்தைத் தெரியப்படுத்தினார். அரசின் புலனாய்வுத் துறை விரிவாக நடத்திய தீவிர விசாரணையில்தான் இது தெரியவந்திருக்கிறது. புலனாய்வுத் துறை, மண்புழுக்களைப் பற்றி விஞ்ஞானிகள் எழுதியிருக்கும் நூல்களை விழுந்து விழுந்து வாசித்ததாகவும், பிறகு உயிரியல் வல்லுநர்களுடன் இது குறித்து மிகக் கூர்மையாக சர்ச்சை செய்ததாகவும், அதன் பிறகே இந்த முடிவுக்கு வந்ததாகவும் அமைச்சர் தெரிவித்தார்.

அமைச்சர், தன் கையிலிருந்த ஒரு அதிகாரப்பூர்வ நூலை பத்திரிகையாளர்களிடம் காட்டினார். அந்த நூலின் தலைப்பு "மண்புழுக்களின் உயிரியல்." அது 'எட்வர்ட்' மற்றும் 'லோப்டி' ஆகிய இருவர் சேர்ந்து எழுதிய நூல்.

அந்த நூலில் சில பகுதிகளை அமைச்சர் வாசித்துக் காட்டினார்:

"பூமியில் ஏறத்தாழ 1800வகை மண்புழுக்கள் இருக்கின்றன. பாலைவனங்களில் மண்புழுக்கள் இல்லை. பூமியில் மற்ற எல்லா இடத்திலும் மண்புழுக்கள் உண்டு. எல்லா வகை மண்புழுக்களும் மண் உள்ளே துளைத்து இறங்குவதில்லை; மண்ணை எச்சமாக வெளியேற்றுவதில்லை." இந்த வாசங்களை வாசித்துக்காட்டிவிட்டு அமைச்சர் சொன்னார்: "இதோ, நான் இப்போது சொல்கிற விஷயத்தை மிகவும் கவனமாகக் கேளுங்கள்.

"மண்புழுக்களின் ஆயுட்காலம் ஏறத்தாழ 15-லிருந்து 31மாதம் வரை."

அமைச்சர் விவரித்தார்:

"உங்களுக்கு விஷயம் புரிகிறதா? மாத்தன் முதன் முதலில் ஓய்வூதியம் வேண்டி 1986 - ஆம் ஆண்டில் விண்ணப்பித்தார். திரு. சியாம்குமார் மூலமாக யுரேகாவுக்கு விண்ணப்பம் வந்ததாகச் சொல்கிறார்கள். யுரேகா

பத்திரிகையின் ஆசிரியர்தான் அந்த விண்ணப்பத்தை எனக்கு அனுப்பினார். அன்றே கிராம அதிகாரி, மாத்தன் உயிருடன் இல்லை என்று அறிக்கை அனுப்பினார். அதன் அடிப்படையில்தான் ஓய்வூதிய விண்ணப்பத்தைத் தள்ளுபடி செய்தோம். அன்றே பலரும், இந்த விண்ணப்பத்தை யுரேகா ஆசிரியர் கற்பனையாக உருவாக்கியிருக்கக்கூடும் என்று சொன்னார்கள்."

"அது போகட்டும். வேண்டுமென்றால் அன்று மாத்தன் உயிருடன் இருந்ததாக நான் ஏற்றுக்கொள்கிறேன். ஆனால் இன்று 1993 - ஆம் ஆண்டு நடக்கிறது. ஏழு வருடம் கடந்துவிட்டது. ஒரு மண்புழு இவ்வளவு காலம் உயிருடன் இருக்காது என்றல்லவா விஞ்ஞானிகள் கண்டுபிடித்திருக்கிறார்கள்? அப்படியென்றால் அன்று மாத்தன் உயிருடன் இருந்ததாகக் கற்பனை செய்தாலும் இன்று உயிருடன் இல்லை."

"அப்படியென்றால், மக்கள் நீதிமன்றத்தின் முன் ஆஜரானது முன்பு இருந்த மாத்தன் அல்ல. வேறு ஏதோ ஒரு மண்புழு. ஒரு ஆள்மாறாட்டக்காரன். அதனால் மாத்தன் மண்புழு வழக்கு என்பது இல்லை. அரசு இன்றே தந்தி மூலம் இந்த விவரத்தை மக்கள் நீதிமன்றத்திற்குத் தெரியப்படுத்தும். மாத்தன் மண்புழு வழக்கை மீண்டும் கிளப்பியவர்கள் மீது சட்டப்படி நடவடிக்கை எடுக்கப்படும்." என்றார் அமைச்சர்.

அந்த பத்திரிகையாளர் சந்திப்பு முழுதும் அமைச்சர், மாத்தனையும்,

இயற்கைப் பாதுகாப்பு இயக்கங்கள் நடத்துகின்றவர்களையும் கேலி செய்தார். அவர், மாத்தன் என்ற பெயரே தவறு என்று சுட்டிக்காட்டினார். "மண்புழுக்களில் ஆண் பெண் பிரிவு இல்லை. ஆணாகவும் பெண்ணாகவும் இல்லாத ஒன்றை, ஆண் பெயர் வைத்து அழைப்பது எப்படி?" என்று அமைச்சர் "ஹி...ஹி...ஹி" என்று கேலிச் சிரிப்பு சிரித்தவாறே கேட்டார்.

பிற்பாடு நாங்கள் அமைச்சர் சொன்ன விவரங்களை ஒரு உயிரியல் வல்லுனரிடம் சொல்லிக் கருத்துக் கேட்டோம். அந்த உயிரியல் வல்லுனர் சொன்னார்:

"அமைச்சரின் கேலியும் கிண்டலும் அவரின் அறிவற்ற தன்மையையே காட்டுகிறது. பூமியில் லட்சக்கணக்கான இனத்தைச் சேர்ந்த உயிரினங்கள் உண்டு. சில இனத்தில் ஆண் பெண் பிரிவு இல்லை. ஆணாகவும் பெண்ணாகவும் இல்லாத உயிரினங்கள் மோசமானவை என்று சொல்வது, முட்டாள்தனம் தவிர வேறில்லை. ஒவ்வொரு இனத்திற்கும் இயற்கையில் அதனுடைய இடம் உண்டு. ஒரு இனம் மற்றொரு இனத்தைவிட உயர்வானதோ தாழ்வானதோ அல்ல. எந்த ஒரு இனத்திற்கும் மற்ற இனத்தைக் கேலி செய்யும் உரிமையில்லை. இப்படி ஒரு மனிதன் மற்ற உயிரினத்தைக் கேலி செய்தால் அவனுக்கு மனிதத் தன்மை இல்லையென்றுதான் நாம் புரிந்துகொள்ள வேண்டும். இது அந்த அமைச்சருக்கும் பொருந்தும்."

அமைச்சரின் பேச்சுக்கு அகில உலக மண்புழு சங்கமும், வெளிநாடுகளில் உள்ள நிறைய இயற்கைப் பாதுகாப்பு இயக்கங்களும் தங்கள் எதிர்ப்பைப் பதிவு செய்ததாக ஜெனீவாவிலிருந்து வந்த அறிக்கை தெரிவிக்கிறது. இப்போது மாத்தன் மண்புழு வழக்கு, உலக மக்களின் கவனத்தை ஈர்த்திருக்கிறது.

மாத்தனுக்கு மரணமுண்டா?

நீதிமன்றத்தில் எழுந்த சுவையான கேள்வி

மாத்தன் உயிருடன் இல்லைபோலிருக்கிறது. அப்படியென்றால் மாத்தன் மண்புழுவின் வழக்கை நீதிமன்றம் தள்ளுபடி செய்துவிடுமா? புகார் கொடுத்தவரே இல்லையென்றால் பிறகு யாருக்காக வழக்கு நடத்த வேண்டும்? மண்ணடி கிராம மக்கள் இந்தக் கேள்வியை ஒருவரிடம் ஒருவர் கேட்டுக்கொண்டிருந்தார்கள். பதில் கிடைக்காமல் வருத்தமுற்றார்கள். அமைச்சரின் அறிவிப்பு வெளியானது முதல் மண்ணடி கிராமத்தில் யாரும் உறங்கவில்லை. அந்த மக்களெல்லாம் பெருங் கவலையுடனிருந்தார்கள். மண்ணடியில் மாத்தன் இல்லை என்று கற்பனை செய்து பார்க்கக்கூட அவர்களால் முடியவில்லை. மறுநாள் பொழுது விடிவதற்காக அவர்கள் காத்திருந்தார்கள். விடிந்ததும் அவர்கள் தோப்புக்குச் சென்றார்கள். மாமரத்தடியில் காத்திருந்தார்கள். எல்லோரும் மௌனமாகத் தலைகுனிந்து நின்றார்கள். நீதிமன்றம் கூடியபோதும்கூட யாரும் நிமிர்ந்து பார்க்கவில்லை. மாத்தன் வாழ்க என்று முழக்கமிடவும் இல்லை.

நீதிமன்றம் கூடிய உடனே அரசு வழக்குரைஞர் ஐவகர் எழுந்தார். ஒரு திடுக்கிடும் செய்தியைத் தான் நீதிமன்றத்தில் அறிவிக்க இருப்பதாக அவர் சொன்னார். நீதிமன்றம் அவர் பேச அனுமதியளித்தது.

நேற்று இரவு சமூக நலத்துறை அமைச்சர் அனுப்பிய மின்னஞ்சல் செய்தியை அவர் படித்துக் காட்டினார். ஒரு மண்புழுவின் அதிகபட்ச ஆயுட்காலம் முப்பத்தியொரு மாதங்கள் மட்டும்தான் என்ற விஷயத்தை அவர் எடுத்துக் கூறினார். 'மாத்தன் 1986-ஆம் ஆண்டில்தான் ஓய்வூதியத்திற்கு விண்ணப்பித்தார். 1989-ஆம் ஆண்டில் அவர் மாண்டு மண்ணுக்குள் போயிருக்க வேண்டும். அது தெரியாமல் நீதிமன்றம் வழக்கை நடத்த முன்வந்திருக்கிறது. வழக்கு கொடுத்தவர் இல்லாமல் வழக்கை பரிசீலிப்பது எப்படி? மாத்தனுக்குப் பென்ஷன் கொடுக்க வேண்டும் என்று தீர்ப்புச் சொன்னாலும்கூட அதை நடைமுறைப்படுத்த முடியாது. அதனால் இதை ஒரு வழக்கு என்று ஏற்றுக்கொள்ள முடியாது. இந்த வழக்கை இன்றே தள்ளுபடி செய்ய வேண்டும் என்று நான் மதிப்பிற்குரிய நீதிபதிகளைக் கேட்டுக்கொள்கிறேன்."

"அது மட்டும் போதாது. அன்று நான்தான் மாத்தன் என்று வேறு ஏதோ ஒரு மண்புழு மக்கள் நடுவில் தோன்றியது அல்லவா? அது தலையைத் தூக்கி நின்றபோது இந்த முட்டாள் மக்கள் வாழ்க, வாழ்க

என்று முழக்கமிட்டார்கள். அந்த மண்புழு மாத்தன் இல்லை என்று இப்போது தெளிவாக நிருபிக்கப்பட்டுவிட்டது. அது வேறு ஏதோ ஒரு மண்புழு. நீதிமன்றத்தை ஏமாற்றியதற்காக அதன் மீது வழக்குத் தொடுக்க வேண்டும். கடுமையான தண்டனையும் கொடுக்க வேண்டும். அதற்கு மரண தண்டனை விதிக்க வேண்டும் என்று கேட்டுக்கொள்கிறேன். அப்படிச் செய்தால் அது மற்ற உயிரினங்களுக்கு ஒரு பாடமாக அமைய வேண்டும்."

அரசு தரப்பு வழக்குரைஞர் ஐவகர் இப்படிச் சொன்னபோது தோப்பில் இருந்த பறவைகள் திடுக்கிட்டன. மரங்களின் இலைகள்கூட அசையாமல் அப்படியே நின்றன. மக்கள் அச்சத்தினால் கண்களை மூடிக்கொண்டார்கள்.

ஆனால் அந்தச் சூழ்நிலையில் வெகு விரைவில் மாற்றம் நிகழ்ந்தது. மாத்தனின் வழக்குரைஞரான வக்கீல் சியாம்குமார் பட்டென்று எழுந்தார். மக்கள் எல்லோரும் மிகவும் நம்பிக்கையுடன் சியாம்குமாரின் முகத்தைப் பார்த்து நின்றார்கள். சியாம்குமார் முதலில் மகிழ்ச்சியான ஒரு விஷயத்தை வெளிப்படுத்தினார். அமைச்சரின் குற்றச்சாட்டு வெளிவந்து சில நொடிகளுக்குள் மாத்தன், அதற்கான பதிலை ஆயத்தப்படுத்தியது. வழக்கு நீதிமன்றத்தில் நிலுவையில் உள்ளதால் வெளிப்படையாக அறிவிப்பதும் சரியில்லை அல்லவா? அதனால் மாத்தன் அந்தப் பதிலை சியாம்குமாரிடம் கொடுத்து, அதை மக்கள் நீதிமன்றத்தில் வாசிக்கும்படிக் கேட்டுக்கொண்டது.

நீதிமன்றத்தின் அனுமதியுடன் சியாம்குமார் அந்தப் பதிலை மக்கள் முன்னால் வாசித்தார்:

"பெருமதிப்பிற்குரிய மக்கள் நீதிமன்றத்தின் முன்னால் மாத்தன் மண்புழு பணிவுடன் தெரிவித்துக்கொள்வது என்னவெனில்,

"மாண்புமிகு சமுக நலத்துறை அமைச்சர் என்னைப் பற்றிக் கூறிய கருத்துக்களைக் கேட்டு நானும் என் நண்பர்களும் திடுக்கிட்டுப்போனோம். மிகவும் துயரமுற்றோம். ஆனால், பிறகு யோசித்துப் பார்க்கும்போது துறை அமைச்சர் அவர்களின் பேச்சு இயல்பான விஷயம்தான் என்று புரிந்துகொண்டோம். என்ன காரணம் தெரியுமா? அவர் வெறும் ஒரு மனிதர்தானே. சாதாரண மனிதர்கள் எல்லோரும் அவரவர் காரியங்களைப் பற்றி மட்டுமே சிந்தித்து வாழ்பவர்கள் அல்லவா? நான், என் குடும்பம், என் மதம், என் சாதி... இப்படிப்பட்ட பலவிதமான குறுகிய எண்ணங்கள்தான் சாதாரண மனிதனின் மனதில் எப்போதும் இருக்கின்றன. இந்த உலகமே அழிந்தாலும் நானும் என் குடும்பமும் தப்பித்தால் போதும் என்ற எண்ணம் கொண்டவர்கள் இவர்கள். நான் என்ற எண்ணம். இந்த எண்ணம் இந்த உலகத்தில் வேறு எந்த உயிரினத்திற்கும் இவ்வளவு வலுவாக இல்லை."

"அதனால்தான் அமைச்சர் அவர்கள் மாத்தன் இருக்கிறாரா, அல்லது இறந்துவிட்டாரா என்று ஆய்வு நடத்தியிருக்கிறார். மண்புழுக்களான நாங்கள் தனி ஆளுமை மீது நம்பிக்கை கொண்டவர்கள் அல்ல. நாங்கள் இயற்கையின் பகுதியாக வாழ்ந்து பணிபுரிகிறோம். இறந்து மண்ணோடு கலக்கும்போதும் எங்களுக்குத் துயரமில்லை. துக்கங் கொண்டாடுவது என்ற கேலிக்கூத்துமில்லை. மண்புழுக்களில் யார் மாத்தன்? யார் ஐயர்? யார் தலித்? யார் முஸ்லிம்? யார் இந்து? யார் ஏ? யார் பி? இதுபோன்ற கேள்விகளுக்கு எந்த அர்த்தமும் இல்லை. நாங்கள் எங்களுக்குள் தனித்தனியாக, தனி ஆளுமைகளாக யாரையும் பார்க்கவில்லை. நாங்கள் பிறக்கிறோம், இறக்கிறோம். இயற்கை கொடுத்திருக்கும் கடமைகளை நிறைவேற்றுகிறோம். எங்களிடம் ஆண் பெண் பேதம்கூட இல்லை. எல்லோரும் சமம்தான். மனிதர்கள் சோஷலிசத்தைப் பற்றிப் பேசுகிறார்கள். நாங்களும் எறும்புகளும் மற்றும் பல வகையான பிராணிகளும் சோஷலிசக் கொள்கையின்படிதான் வாழ்கிறோம். தனி ஆளுமை குறித்தான எந்த மோகங்களும் எங்களுக்கு இல்லை. யார் மாத்தன்? யார் மாரியப்பன்? எங்களுக்கே எங்களை அடையாளம் கண்டுகொள்ள முடியாது. அவ்வளவு பெரிய சகோரத்துவத்துடன்தான் நாங்கள் வாழ்கிறோம். மாத்தன் என்பது மண்புழுக்களின் குறியீடு. வாழ்நாள் முழுதும் வேலை செய்து மண்ணின் ஊட்டச்சத்தை அதிகரித்து கடைசியில் இறந்துபோகும் உழைப்பாளி மண்புழுக்களின், பாட்டாளி மண்புழுத் தொழிலாளிகளின் பிரதிநி திதான், அவர்களின் குறியீடுதான் மாத்தன்! இப்படிப்பட்ட மாத்தன் இறப்பாரா? அவருக்கு மரணம் உண்டா? இல்லை. மாத்தன் இறந்தால்

மண்ணும் இறக்கும். மண் இறந்தால் மனிதன் இறப்பான். மாத்தன் என்றும் இருக்கிறார்! என்றும் மண்ணில் உழைக்கிறார். என்றும் தாவரங்களின் மிச்சமீதிகளைத் தின்று எச்சமாக வெளியேற்றி மண்ணை வளப்படுத்துகிறார். புகார் செய்த மாத்தன் இன்று உண்டா என்றா கேட்கிறீர்கள்? இரவு பகலாக மண்ணில் பாடுபட்டுக்கொண்டிருக்கும் கோடிக்கணக்கான மண்புழுக்கள் உண்டு! அன்றும் உண்டு, இன்றும் உண்டு! மனிதர்களைக் காப்பாற்றுவதில் எங்களுக்கான பங்கை அர்ப்பணிப்புடன் செய்தபடி நாங்கள் அமைதியாக வாழ்கிறோம். அவர்களில் ஒருவர்தான் மாத்தன். அவருக்கு மரணம் உண்டா? ஒரு மண்புழு இறக்கலாம். அது முதலில் விண்ணப்பம் அளித்த மண்புழுவாகக்கூட இருக்கலாம். ஆனால், பல மண்புழுக்கள் இறந்த மண்புழுவின் பொறுப்பை ஏற்றுக்கொள்கின்றன. மண்புழுக்கள் வளர்கின்றன. மண் வாழ்கிறது."

"ஆமாம்! நான் மாத்தன். மண்புழுக்களின் பிரதிநிதி. எனக்கு மரணமில்லை. மக்களுக்குச் சேவை செய்து வாழ்ந்த நீண்ட வரலாறுதான் எனக்கு இருக்கிறது. மண்ணின் சொத்தான, மண்ணின் உறவுக்காரர்களான எங்களுக்கு ஓய்வூதியம் பெறத் தகுதியுண்டா? நான், மாத்தன் உழைக்கும் மண்புழுக்களின் குறியீடுதான். ஓய்வூதியம் பெறுவதற்கு எனக்குத் தார்மீக உரிமையுண்டா? மதிப்பிற்குரிய நீதிமன்றம் முடிவு செய்யட்டும். தீர்ப்பு எதுவானாலும் நான் ஏற்றுக்கொள்கிறேன். மனிதர்கள் ஒருவர் மீது ஒருவர் நடத்தும் வழக்குகளில் பலவிதமான சூழ்ச்சிகள் செய்வது வழக்கம். அதுபோன்று இந்த வழக்கில் அமைச்சர் ஏதும் சூழ்ச்சி செய்யாமல் நீதிமன்றம் விழிப்புடன் பார்த்துக்கொள்ள வேண்டும். உலகமே கவனித்துக்கொண்டிருக்கும் இந்த வழக்கில், உலகிற்கு முன்மாதிரியாக இருக்கும் ஒரு தீர்ப்பைச் சொல்லும்படி பெருமதிப்பிற்குரிய நீதிபதிகளை நான் கேட்டுக்கொள்கிறேன்."

எல்லோரும் இன்புற்றிருக்க நினைப்பதல்லாமல் வேறொன்றும் அறியேன் பராபரமே.

உங்கள்

மாத்தன் மண்புழு

முகாம் – மண்ணடி

மாத்தன் மண்புழுவின் கடிதம், நீதிபதிகளுக்கும், அங்கு பெருங்கூட்டமாக நின்றிருந்த மக்களுக்கும் ஒரு புதிய ஒளியாக அமைந்தது. ஆமாம்! மாத்தன் ஒரு குறியீடுதான். உழைக்கும் மண்புழு வர்க்கத்தின் குறியீடு. அவருக்கு மரணம் உண்டா? இல்லை. மண்ணில் வேலை செய்து இறக்கும் அப்படிப்பட்ட தொழிலாளிகளுக்கு ஓய்வூதியம் கொடுக்க வேண்டுமா? அதுதான் விஷயம். இயற்கையின் மிகவும் முக்கியமான கண்ணிகளில் ஒன்றுதான் மாத்தன். மனித இனத்தின் இருப்பை உறுதி செய்பவரும் இந்த மாத்தன்தான். இந்த விவரங்களை அறிந்து மக்கள் எழுச்சி பெற்றார்கள். அவர்கள் மகிழ்ச்சியுடன் கரகோஷம் செய்து மாத்தனின் கருத்துக்களை ஏற்றுக்கொண்டார்கள். அரசு தரப்பு வழக்குரைஞரான ஜவகர் "இனி சொல்வதற்கு எதுவுமில்லை," என்பதுபோல வாய்மூடி மௌனமாக அமர்ந்துவிட்டார்.

அதைத் தொடர்ந்து நீதிமன்றம் இந்த விஷயம் பற்றி விரிவாக விவாதித்தது. ஒரு குறிப்பிட்ட மண்புழுவின் ஆயுளுடன் அதைத் தொடர்புபடுத்துவது முட்டாள்தனம் என்று அவர்கள் அனைவரும் கூறினார்கள். அதற்கேற்றபடி நீதிமன்றம் இந்த விஷயத்தில் தீர்ப்பளித்தது.

துறை அமைச்சர், வழக்கு நடந்துகொண்டிருக்கும் நேரத்தில் இந்த விஷயத்தைப் பற்றி பத்திரிகையாளர் சந்திப்பு நடத்தியது தவறு என்றும், இது நீதிமன்றத்தை அவமதிக்கும் செயல் என்றும் நீதிபதிகள் கண்டனம் தெரிவித்தார்கள். அவர்கள் அமைச்சரைக் கண்டித்து, இனிமேல் இப்படிப்பட்ட செயல்களைச் செய்யக்கூடாது என்று எச்சரிக்கை விடுத்தார்கள்.

மாத்தன் ஒரு குறியீடு என்றும், மாத்தனைப்போன்ற ஒவ்வொரு மண்புழுவும் ஓய்வூதியம் பெறத் தகுதியானதா என்றும் முடிவு செய்ய வேண்டும் என்றும் நீதிபதிகள் கூறினார்கள். அதனால் இந்த வழக்கில் வாதங்கள் தொடரும் என்றும், புகார் கொடுத்த மாத்தனை ஒரு தனிப்பட்ட மண்புழுவாகப் பார்க்காமல் இந்த வழக்கை நடத்த வேண்டும் என்றும் அவர்கள் அறிவித்தார்கள்.

மக்கள் மிகவும் மகிழ்ச்சியுடன் நீதிமன்றத்தின் தீர்ப்பைக் கேட்டார்கள். அவர்கள் "மாத்தன் வாழ்க! அவர் புகழ் ஓங்குக!" என்று முழக்கமிட்டும், இயற்கையைப் பற்றிப் பாடல்கள் பாடியும் ஊர்வலம் சென்றார்கள்.

நீதிமன்றம் கலைந்தது. நாளை கூடும் நீதிமன்றத்தில் முக்கியமான ஆவணங்கள் ஆராயப்படும். அறிவியல் அறிஞர்கள் விளக்க மளிப்பார்கள்.

மண்ணைக் கொல்லாத விவசாயம்

நமது நிருபர் - 10. 10. 93

மண்ணில் என்னவெல்லாம் நாடகங்கள் நடக்கின்றன! எவ்வளவு பெரிய நாடகங்கள் அவை! மண்ணுக்கு உயிர் உண்டு. மண்ணைக் கொல்லும் இன்றைய விவசாயத்திற்கு மாற்று வழி என்ன?

நேற்று மக்கள் நீதிமன்றத்தில் விவாதிக்கப்பட்ட சுவாரஸ்யமான விஷயங்கள் இவை. மாத்தன் மண்புழு வழக்கின் பின்னணியில், மண்ணடி கிராமத்து மக்கள் நேற்று மண்ணின் ரகசியங்களைத் தெரிந்துகொண்டார்கள். மண்ணைக் காப்பாற்றும் ஒரு புதிய விவசாய முறையைப் பற்றியும் தெரிந்துகொண்டார்கள். இதைப் பற்றியெல்லாம் மக்களுக்கு விவரித்தது யார் தெரியுமா? நிபுணர் குழுதான்.

மக்கள் நீதிமன்றம் கேட்டுக்கொண்டதன் பேரில் அந்த நிபுணர் குழுவினர் மண்ணடி கிராமத்துக்கு வந்தனர். விவசாய விஞ்ஞானிகள், சுற்றுச்சூழல் நிபுணர்கள், பொருளாதார நிபுணர்கள், தர்ம சாஸ்திர வல்லுனர்கள் ஆகியோர் அந்தக் குழுவில் இடம்பெற்றிருந்தார்கள். நாங்கள் விளம்பரத்தை விரும்பவில்லை என்றும் அதனால் எங்கள் பெயரை பத்திரிகைகளில் வெளியிட வேண்டாம் என்றும் அவர்கள் கேட்டுக்கொண்டார்கள். அதனால் அவர்களைப் பற்றிய மேலதிக விவரங்களைத் தெரிவிக்கவில்லை.

ஆரம்பத்திலேயே நீதிமன்றம், நிபுணர் குழுவிடம் ஒரு விஷயத்தைச் சொன்னது: "இது ஒரு வித்தியாசமான வழக்கு. வித்தியாசமான நீதிமன்றம். நீதிமன்ற நடவடிக்கைகள் புதுமையாக, ஜனநாயகத்துடன் இருக்கும். நீதிமன்றம் எந்த விஷயத்தைப் பற்றி விவாதிக்கிறதோ, அந்த விஷயத்தைப் பற்றி சர்ச்சை செய்யவும், கற்றுக்கொள்ளவும் மக்களுக்கு வாய்ப்பு ஏற்பட வேண்டும். நீதிமன்றம் வாதங்களின் மூலமாக உண்மையைக் கண்டுபிடிக்க வேண்டும். கண்டுபிடித்தால் மட்டும் போதாது, அது உண்மைதான் என்று மக்களை உணர வைக்கவும் வேண்டும். அப்படிக் கண்டுபிடிக்கப்படும் அறிவியல் உண்மையின் அடிப்படையில்தான் இந்த வழக்கில் தீர்ப்பு வழங்கப்படும். எதிர்காலத்தில் இவ்வகையான வழக்குகளில் மக்கள்தான் முடிவெடுப்பார்கள். இல்லையென்றால் மக்கள் சபைகள் முடிவெடுக்கும். அதனால்,

இவ்வகையான பிரச்சினைகளைப் பற்றி மக்கள் அறிந்துகொள்ள வேண்டும். எனவே நிபுணர்களான நீங்கள் எளிய மக்களுக்குப் புரியும் மொழியில் விஷயங்களைச் சொல்ல வேண்டும்.

"முதலில் நாங்கள் ஒரு கேள்வி கேட்கிறோம். இன்று நம் நாட்டில் நடைமுறையிலிருக்கிற விவசாய முறையைத்தானே நாம் நவீன விவசாய முறை என்று சொல்கிறோம். அல்லது அறிவியல்பூர்வமான விவசாய முறை என்று சொல்கிறோம். இதுதான் மிகவும் சிறந்த விவசாய முறையா? இந்த விவசாய முறையில் ஏதேனும் குற்றங்குறைகள் உண்டா?" நிபுணர்கள் உடனே அதற்குப் பதில் சொன்னார்கள்:

"இப்போதுள்ள விவசாய முறையை, நவீன விவசாய முறை என்றும் சொல்வதுண்டு. அது அறிவியல்பூர்வமானது என்று மக்கள் நினைத்துக்கொண்டிருக்கிறார்கள். ஆனால் அவர்கள் நினைப்பது தவறு."

அப்போது மக்கள் கூட்டத்திலிருந்து யாரோ உரத்த குரலில் கேட்டார்கள்:

"இதில் என்ன சிக்கல் ஐயா? நாங்கள் செடிக்குத் தேவையான எல்லா உரங்களையும் இடுகிறோம். நல்ல லாபம் கிடைப்பதற்கு என். பி. கே. உரம் போட்டால் போதுமல்லவா?"

"என்.பி.கே. என்பது சுருக்கப் பெயர். நைட்ரஜன் (Nitrogen), பாஸ்பரஸ் (Phosphorous), பொட்டாசியம் (Potassium) ஆகியவை அடங்கிய உரங்களைத்தான் என்.பி.கே. உரங்கள் என்று சொல்கிறார்கள். தாவரங்களுக்கு மிகவும் அவசியமானவை இந்தத் தனிமங்கள் என்பதை ஏற்றுக்கொள்ளலாம். எனவே தொடக்கத்தில் இந்தத் தனிமங்கள் அடங்கிய செயற்கை உரங்களை இட்டு விவசாயம் செய்தால் நல்ல மகசூல் கிடைக்கும்."

"அப்புறம்? அப்புறம் அவ்வளவு நல்ல மகசூல் கிடைக்காதா?"

"கிடைக்காது."

"அப்படியென்றால் செடிக்கு மிக குறைவாகத் தேவைப்படும் மற்ற தனிமங்கள் அடங்கியிருக்கும் உரங்களையும் இட வேண்டும். அதுதானே மைக்ரோ உரங்கள். அதுபோதாதா?"

"போதாது."

"ஏன்? விதை மோசமாக இருப்பதாலா?"

"இல்லை. அதிகமான விளைச்சல் தரும் விதைகளைப் பயன்படுத்தி, கூடுதல் செயற்கை உரங்களும், பூச்சிக்கொல்லிகளும், வளர்ச்சிக்கு உதவும் ஹார்மோன்களும் பயன்படுத்தி பூமியில் விவசாயம் செய்தால், என்றும் மகசூல் அதிகரிக்கும் என்று ஒரு காலத்தில் விஞ்ஞானிகள் கருதினார்கள். அது தவறு என்று இன்று நமக்குத் தெரிகிறது."

"அதில் என்ன தவறு?"

"சொல்கிறேன். முதலாவதாக - ஒரு செடி வளர்வதற்கு என்னென்ன தனிமங்கள் மட்டும் தேவையென்று துல்லியமாகச் சொல்ல யாராலும் முடியாது. அல்லது, அப்படி வரையறுத்துச் சொல்வது அவ்வளவு சுலபமும் அல்ல. 'மண் தின்னும் உடல்' என்று மனித உடலைப் பற்றிச் சொல்லப்படுவதை நீங்கள் கேட்டிருப்பீர்கள். இது எல்லா உயிரினங்களுக்கும் பொருந்தும். எந்த தாவரங்களுக்கும் இது பொருந்தும். மண்ணில் உள்ள எல்லாமும், உயிருடலில் குறைந்த அளவோ, அதிகமான அளவோ இருக்கும். அதனால், தாவரங்கள் ஆரோக்கியமாக வளர்வதற்கு நிறைய அம்சங்கள் தேவைப்படுகின்றன. நிறைய தனிமங்கள் தேவைப்படுகின்றன. சில அதிகமாகத் தேவைப்படும். சில கொஞ்சம் இருந்தாலும் போதும். சில மிகக் கொஞ்சம் இருந்தாலும் போதும். சில, நம் ரசாயன விஞ்ஞானிகள் பரிசோதனைகள் மூலம் கண்டுபிடிக்க முடிவதிலும் குறைவாக இருந்தால் போதும். அதனால், செயற்கை உரங்களைக்கொண்டு மட்டும் எந்தக் காலத்திலும் விவசாயம் செய்யலாம் என்னும் கருத்தைத் தவறு என்று சொல்கிறோம். அவ்வகையான விவசாயம் கொஞ்சம் நாள் நன்றாக நடக்கும். பிறகு விளைச்சல் இருக்காது. அதுமட்டுமல்ல, செயற்கை உரங்கள் மண்ணில் அமிலத் தன்மையை அதிகரிக்கும். அது செடியால் பயன்படுத்த முடியாதபடி பல உலோக அம்சங்களைக் கெடுக்கும். இப்படிப் பல தீமைகள் இருக்கின்றன. அதனால்தான் இயற்கை உரங்களைப் பயன்படுத்தி விவசாயம் செய்ய வேண்டும் என்று சொல்கிறோம். ஒரு தாவரம் வளர்வதற்குத் தேவையானதெல்லாம் இயற்கை உரத்தில் இருப்பதற்கு அதிக வாய்ப்புகள் உள்ளன."

அந்தக் கிராமத்தில் உள்ள நல்ல விவசாயிகளில் ஒருவரான மாதவன் சொன்னார்:

"தற்கால நவீன விவசாய முறையில் மேலும் பிரச்சினைகள் உள்ளன. செயற்கை உரங்களையும், பூச்சிக்கொல்லிகளையும் மிகவும் அதிமான விலைக்கு விற்கிறார்கள். மானியத் தொகையையும் அரசு நிறுத்தி வருகிறது. இந்த நிலையில் அவற்றையெல்லாம் வாங்கி விவசாயம் செய்வது லாபகரமாக இருக்காது."

ஒருவர் கேள்வி கேட்டார்:

"அப்படியென்றால், நவீன விவசாய முறையை, அறிவியல்பூர்வமானது என்று சொல்வது தவறு. சரி. நவீன விவசாயமுறையில் உள்ளது இந்தக் குறைபாடுகள்தானா?"

"இல்லை, இல்லை. அதன் மிகப் பெரிய குறைபாடு - அது மண்ணைக் கொல்கிறது என்பதுதான். இப்படிப்பட்ட விவசாயம் செய்யும்தோறும் மண் மோசமாகிறது. இப்படிக் கடைசியில் மண் விவசாயத்திற்குப் பயனற்றதாக மாறுகிறது. அதற்குக் காரணம் உண்டு. 'நவீன' விவசாய முறை, மண்ணின் பெருமையைப் புரிந்துகொள்ளவில்லை.

மண்ணுக்கு உயிர் இருக்கிறது! ஆமாம். மண்ணில் பலவகையான உயிர் வகைகள் இருக்கின்றன. மண்புழுவைப் போன்ற 'பெரிய' உயிரினங்கள் ஒருபுறம் இருக்கின்றன. மற்றொருபுறம் நூற்றுக்கணக்கான நுண்ணுயிரிகள் வசிக்கின்றன. இப்படிப் பலவகைப்பட்ட உயிரிகள் மண்ணில் வாழ்கின்றன. மண்ணுடன் கலந்துறவாடுகின்றன. மண்ணைப் புரட்டுகின்றன. அவைதான் தாவரப் பகுதிகளையும், மற்ற இயற்கை உரங்களையும் பிரிக்கின்றன. அப்படி அவற்றை தாவரங்கள் உறிஞ் சிக்கொள்ள ஏற்றவகையில் மாற்றுகின்றன. ஆயிரக்கணக்கில் அல்ல, இப்படிப்பட்ட உயிரிகள் லட்சக்கணக்கில், குறிப்பாக வெப்பமண்டல வனப்பிரதேசத்து மண்ணில் உள்ளன. இவைதான் மண்ணை வீரியமுள்ளதாக்குகின்றன. மண்ணை ஊட்டம் நிறைந்ததாக்குகின்றன. மண்ணின் இளமையைத் தக்க வைக்கின்றன. நவீன விவசாய முறை இந்த உயிரிகளைக் கணக்கில் எடுத்துக்கொள்வதில்லை. அவற்றை அழிக்கிறது."

தச்சர் தங்கப்பன் கேட்டார்:

"ஒரு சந்தேகம் கேட்கிறேன். இவ்வளவு உயிரிகள் நம் மண்ணில் இருக்க வேண்டும் என்பது கட்டாயமா? கொஞ்சம் உயிரிகளைக் கொன்றாலும் மிச்சம் உள்ளவை மண்ணுக்கு நல்லது செய்யாதா? மண்ணில் நூற்றுக்கணக்கான உயிர்வகைகள் இருக்கின்றன என்றுதானே சொன்னீர்கள்?"

"தங்கப்பன் அண்ணனின் சந்தேகம் சரியானதுதான். பதில் சொல்கிறேன். சரி, தங்கப்பன் அண்ணே, உங்களுக்கு நல்ல இறைச்சி உணவு சமைக்கத் தெரியுமா?"

"எனக்கு சமைக்கத் தெரியாது. ஆனால், என் மனைவி மிகவும் அருமையாக இறைச்சி சமைப்பாள். அதை நினைத்தாலே என் வாயில் நீர் ஊறுகிறது."

"அப்படியென்றால், உங்கள் மனைவியிடம் நீங்கள் இறைச்சி சமைக்கச் சொல்கிறீர்கள் என்று வைத்துக்கொள்ளுங்கள். இறைச்சி சமைப்பதற்கு என்னவெல்லாம் வேண்டும்?"

"இறைச்சி வேண்டும். சமைப்பதற்குப் பாத்திரம் வேண்டும். தண்ணீர் வேண்டும். தீ வேண்டும். மிளகாய் வேண்டும். மசாலா வேண்டும்."

"உப்பு வேண்டாமா தங்கப்பன் அண்ணே?"

"ஆமாம், வேண்டும். அதுவும் எனக்கு உப்பும் உறைப்பும் அதிகமாகவே வேண்டும்."

தங்கப்பன் பட்டென்று பதில் சொன்னதைக் கேட்டு, தூரத்தில் நின்றிருந்த அவர் மனைவி சிரித்தார்கள்.

"இனி நாம் ஒரு கதையாக இதைப் பார்ப்போம். ஒரு நாள் தங்கப்பன் அண்ணன் கொஞ்சம் இறைச்சி வாங்கிக்கொண்டு வீட்டுக்குச் செல்கிறார். பிறகு தன் மனைவியிடம் சொல்கிறார்: "இதை நீ உடனே சமைக்க வேண்டும். என் நண்பர்கள் இரண்டு பேர் சாப்பிட வருவார்கள்.' ஆனால் அவர் மனைவி மறுக்கிறார்கள். அவர்கள் என்ன சொல்கிறார்கள்? 'வீட்டில் ஒரு மிளகாய்கூட இல்லையே?' என்று சொல்கிறார்கள். அப்போது தங்கப்பன் அண்ணன் என்ன செய்வார்? காரம் இல்லாமல் கறி சமைத்தால் அதை அவரால் தின்ன முடியுமா?"

"ஐயோ! காரம் இல்லாமல் நான் இறைச்சி சாப்பிடவே மாட்டேன். அதற்கு வேறு ஆளைப் பார்த்துக்கொள்ளுங்கள்!" என்று கத்தினார் தங்கப்பன். அதைக் கேட்டு மக்கள் உரக்கச் சிரித்தார்கள். அப்போது தங்கப்பனின் மனைவி சொன்னார்கள்:

"இவர் ஒரு நாள் என்ன செய்தார் தெரியுமா? தீ எரிக்காமல் இறைச்சி சமைக்க வேண்டும் என்று இவர் ஒரு நாள் என்னிடம் சண்டை போட்டார். என்னை அடிக்கவும் முற்பட்டார். அன்று இவர் அதிகமாகக் குடித்திருந்ததுதான் காரணம்." தங்கப்பனின் மனைவி குடும்ப ரகசியத்தை பகிரங்கப்படுத்தினார்கள். மக்கள் அதைக் கேட்டு ஆரவாரமாகச் சிரித்தார்கள்.

"எல்லோரும் கவனியுங்கள். தங்கப்பன் அண்ணன் இறைச்சி சாப்பிட வேண்டும் என்றால் அந்த இறைச்சி வெந்திருக்க வேண்டும். அதற்கு ஒரு சுவை இருக்க வேண்டும். அப்படியில்லாமல், ஒரு மாட்டைப் பார்த்தவுடனே ஓடிப்போய் அதைக் கடித்துச் சாப்பிட முடியாது."

"இல்லை, இல்லை. அப்படிச் செய்வதற்கு நான் என்ன சிங்கமா?" என்று சொல்லி சிரித்தார் தங்கப்பன்.

"தாவரங்கள் பற்றிய விஷயமும் இதுபோலத்தான். அவற்றால் குப்பை கூளத்தை அப்படியே தின்ன முடியாது. உறிஞ்சிக்கொள்ள முடியாது. எனவே அந்தக் குப்பைக் கூளங்களைப் பதப்படுத்த வேண்டும். அதில் அடங்கியிருக்கும் சத்துக்களைத் தனிப்பிரிக்க வேண்டும். இந்தச் செயலைப் படிப்படியாகப் பல கட்டங்களாக நடத்தத்தான் இயற்கை நூற்றுக்கணக்கான பல்வகை உயிரிகளை ஆயத்தமாக வைத்திருக்கிறது. ஒவ்வொரு இனத்தைச் சார்ந்த உயிரிக்கும் ஒவ்வொரு வேலை. ஒவ்வொரு கடமை. ஒவ்வொரு தர்மம். அவையெல்லாம் ஒன்றுக்கொன்று உதவி செய்து, ஒன்றுடன் ஒன்று உறவுகொண்டு, ஒன்றுக்கொன்று எதிர்வினையாற்றி மண்ணில் வாழும்போதுதான், மண்ணில் ஊட்டச் சத்துக்கள் உருவாகி நிலைநிற்கும். இன்னும் ஒரு விஷயத்தைப் பற்றித் தெரிந்துகொள்ள வேண்டும். மண்ணில் ஆயிரக்கணக்கான உயிரிகள் ஒன்றுக்கொன்று உதவி செய்து, கொண்டும் கொடுத்தும் எப்போதும் வேலை செய்கின்றன. அவை மண்ணை எப்போதும் சத்து நிறைந்ததாக்குகின்றன. மண்ணில் விழும் உயிர்க் கழிவுகளை பதப்படுத்துகின்றன. மண்ணை அசைக்கின்றன. மண் உள்ளே காற்று செல்வதற்கு வழி செய்கின்றன. இந்தச் செயல்களின் மூலமாக அவையும் மகிழ்ச்சியாக வாழ்கின்றன. இந்த நிலை ஒரு நாளிலோ, அல்லது ஒரு வருடத்திலோ ஏற்பட்ட தில்லை. நிறைய நாட்கள் பரிசோதித்துப் பார்த்த பிறகுதான் இயற்கை, ஒரு பிரதேசத்து மண்ணில் உயிர்ச் சமநிலையை நிலை நிறுத்துகிறது. அந்தப் பிரதேசத்திற்கு ஏற்ற உயிரிகள் அந்த மண்ணில் வளர்ந்து பெருகி நிலைபெறுவதற்கான சூழ்நிலையை உருவாக்குகிறது."

"ஓ! இது ஒரு பெரிய ஆராய்ச்சி போலிருக்கிறதே!"

"ஆமாம்! மாபெரும் இயற்கையின் மிகப் பெரிய ஆராய்ச்சிகளில் ஒன்றுதான் இது. இயற்கையின் ஒரு ஆய்வுக்கூடம்தான் மண்!"

"அப்படியென்றால், அவ்வாறு இயற்கை ஆயத்தப்படுத்தியிருக்கிற, அல்லது ஆயத்தப்படுத்தியிருந்த மண்ணை மனிதன் கைப்பற்றிவிட்டான் என்று சொல்லலாமா?"

"ஆமாம். இயற்கையில் மனிதன் தோன்றுவதற்கு எத்தனையோ காலத்திற்கு முன்பே, இயற்கை மண்ணை பதப்படுத்தத் தொடங்கியது. மண்ணில் பலவிதமான உயிரினங்களை வசிக்கச் செய்தது. மண்ணில் பலவிதமான செயல்பாடுகள் எப்போதும் நடைபெறுவதற்கான சூழ்நிலையை ஏற்படுத்தியது. மண்ணில் சத்துக்களை உருவாக்கியது. அவ்வாறு மண்ணில் பலவிதமான தாவரங்களையும், பலவிதமான பிராணிகளையும் நிலைபெறச் செய்தது."

"இது பழைய கதைதானே!"

"ஆமாம். ஆனால் நாம் என்றும் மறக்கக்கூடாத கதை. இயற்கை அன்புடன் கொடுத்தவற்றையெல்லாம் உண்டு கானுயிரைப்போல வாழ்ந்த காலம். அன்று மனிதன் எந்த விதத்திலும் இயற்கையைக் காயப்படுத்தவில்லை. விவசாயம் செய்ய ஆரம்பித்தவுடன் மனிதன் சில குறிப்பிட்ட பகுதிகளில் வசிக்கத் தொடங்கினான். அங்கிருந்த காட்டை வெட்டி அழித்து விவசாயம் செய்யத் தொடங்கினான். அந்தச் செயல் இயற்கைக்கு சிறிய காயங்களை ஏற்படுத்தியது. ஆனால், அந்தக் காயங்கள் சாதாரணக் காயங்கள்தான். ஏனென்றால் அன்று மனிதர்கள் சிறிய இடங்களில்தான் விவசாயம் செய்தார்கள். அவர்கள் குறைந்த எண்ணிக்கையிலிருந்தார்கள்."

"பிறகு மனிதர்கள் பெருகினார்கள். மேலும், மேலும் காடுகள் நாடுகளாகிக்கொண்டே வந்தன. நிறையக் காடுகளை வெட்டி அழித்து அங்கே விவசாயம் செய்யத் தொடங்கினார்கள். அப்போது இயற்கைக்கு பெரும் பெரும் காயங்கள் ஏற்படத் தொடங்கின. நிறைய உயிரினங்கள் இயற்கையிலிருந்து நிரந்தரமாக மறைந்தன. அந்த இழப்பு நாம் ஒருபோதும் ஈடு செய்ய முடியாத பேரிழப்பாகும்."

"செயற்கை உரங்களும், பூச்சிக்கொல்லிகளும், களைக்கொல்லிகளும், வளர்ச்சிக்கான ஹார்மோன்களும், இயந்திரங்களும் வந்தபோது விவசாய முறைகள் மாறின. விவசாயம் இயற்கையைக் காயப்படுத்தும் நிலை மாறி, விவசாயம் இயற்கையைக் கொல்லக்கூடிய நிலை ஏற்பட்டது. இதுதான் இன்றைய நிலை. இப்படி இயற்கையைப் பயங்கரமாகத் தாக்கினால் இயற்கை அழியும். மனிதனும் அழிவான்."

மண்ணடி கிராமவாசிகள் அந்தச் செய்திகளையெல்லாம் கேட்டு திகைத்து நின்றார்கள். இயற்கை அழிந்தால் எல்லாமும் அழிந்துபோகும்! அதைத் தவிர்ப்பதற்கு என்ன வழி? அவர்கள் எதிர்பார்ப்புடன் நிபுணர்களின் முகங்களைப் பார்த்து மௌனமாக நின்றார்கள். விவசாயத்தின் கண்டுபிடிப்பிற்கும் முன்னேற்றத்திற்கும் இப்படி ஒரு பரிமாணம் இருப்பதை இப்போதுதான் அவர்கள் முதன்முதலாக உணர்கிறார்கள்.

"இதிலிருந்து தப்புவதற்கு என்ன வழி?" நீதிமன்றம் கேட்டது.

"ஒரு வழிதான் இருக்கிறது. இயற்கையை அழிக்கும் விவசாய முறையை முடிவுக்குக் கொண்டுவர வேண்டும். பிறகு, இயற்கையைக் காப்பாற்றக்கூடிய விவசாய முறையை நடைமுறைப்படுத்த வேண்டும்."

"அப்படியொரு விவசாய முறை சாத்தியம்தானா?"

"சாத்தியம்தான். இயற்கை செய்வதுபோன்று நாம் விவசாயம் செய்தால், இயற்கைக்கு எந்தவொரு கெடுதலும் ஏற்படாது."

"என்ன! இயற்கை விவசாயம் செய்கிறதா?"

"ஆமாம்! வெப்ப மண்டலக் காடுகளுக்குச் சென்று பார்த்தால் நாம் இயற்கையின் விவசாயத் திறமையை அறியலாம். அங்கே எத்தனையோ

வகையான தாவரங்கள் வளர்ந்து நிற்கின்றன. அந்தக் காட்டு மண்ணில் ஒரு அங்குல இடத்தில் ஆயிரக்கணக்கான உயிரிகள் இருக்கும்."

"ஆனால் அது காடு பற்றிய விஷயம். நாம் விவசாயத்தைப் பற்றியல்லவா பேசிக்கொண்டிருக்கிறோம்."

"காடு என்றால் என்ன? இயற்கையின் விவசாய நிலம்தான் காடு. நம் பக்கத்தில் உள்ள இந்தத் தோப்பைப் பாருங்கள். இயற்கையில் உருவான இந்தத் தோப்பும் இயற்கையின் விவசாய நிலம்தான். நாம் தரிசாகப் போட்டு வைக்கிற நிலம் அனைத்தையும் இயற்கை தன் விவசாய நிலமாக ஆக்கிக்கொள்கிறது."

"ஹா...ஹா...ஹா! இது நன்றாக இருக்கிறதே! நம் தரிசு நிலங்களில் எதுவும் விளைவதாகத் தெரியவில்லையே!" என்று கேலியாகக் கேட்டார் தங்கப்பன்.

"எதுவும் விளைவதாகத் தெரியவில்லையா? இந்தத் தோப்பை ஒட்டியிருக்கும் அந்த நிலத்தைப் பாருங்கள். அங்கே எத்தனை வகைப் புற்கள் வளர்ந்திருக்கின்றன! இடையில் தும்பைச் செடிகளும் உண்டு. பலவகையான காட்டுச்செடிகளும் முளைத்திருக்கின்றன. துளசி, மரமல்லி, அரளி, நந்தியாவட்டைச் செடி, அரைக்கீரை... தங்கப்பன் அண்ணே, அந்த நிலத்தை நன்றாகப் பாருங்கள். இன்னும் நிறையச் செடிகள் இருப்பது உங்களுக்குத் தெரிகிறதா?"

"தெரிகிறது, தெரிகிறது. அந்தப் பெரும்பாலான காட்டுச் செடிகளின் பெயர் எனக்குத் தெரியவில்லை. அப்புறம் அங்கே மரங்களும் உள்ளன. இந்த மரங்களின் பெயரெல்லாம் யாருக்குத் தெரியும் ஆண்டவனே!" என்று தங்கப்பன் அண்ணன் தலையில் கைவைத்துக்கொண்டார்.

எல்லோரும் அந்த நிலத்தைப் பார்த்தார்கள். தங்கப்பன் அண்ணன் சொன்னது மிகவும் சரிதான். தரிசு நிலம் என்று நினைத்துக்கொண்டிருந்த நிலத்தில் எத்தனை எத்தனை சிறிய செடிகள்! பெரிய செடிகள்! கொடிகள்! யாரும் இந்த விஷயத்தை இதுவரைக் கவனித்தது இல்லை.

"இயற்கையின் திறமையைப் பார்த்தீர்களா? நீங்கள் தரிசாகப்போட்ட நிலத்தில் அது தானாக விவசாயம் செய்திருக்கிறது. அது அங்கே ஒரே வகையான செடிகளை வளர்க்கவில்லை. ஒரு இனத்தை மட்டும் அங்கே நிலைபெறச் செய்யவில்லை. பலவிதமான செடிகளை வளர்த்திருக்கிறது. இதுதான் இயற்கையின் விவசாய முறை."

"ஓ...! இப்போதுதான் எனக்குப் புரிகிறது!" தங்கப்பன் அண்ணனின் மனைவி, எதையோ கண்டுபிடித்ததுபோன்று கூவினார்கள். பிறகு சொன்னார்கள்:

"இயற்கை செய்யும் விவசாயம் நாம் செய்யும் விவசாயத்திலிருந்து வேறுபட்டது. இயற்கை ஒரே வகையான தாவரத்தை மட்டும் ஒன்றாக

வளர்த்துவதில்லை. பல வகையான தாவரங்கள் கலந்திருக்கும் அல்லவா?"

"ஆமாம். அதனால் என்ன நன்மை என்று கேட்கிறீர்களா? பல இனத்தைச் சேர்ந்த தாவரங்களுக்கு பல வகையான தேவைகள் இருக்கும். சில உயர்ந்தெழுந்து சென்று மேலே உள்ள சூரிய வெளிச்சத்தை எடுத்துக்கொள்ளும். மற்ற சில கீழ்ப்பாகத்தில் உள்ள சூரிய வெளிச்சத்தைப் பெற்றுக்கொள்ளும். வேறு சில தரையில் படர்ந்து கிடந்து மிச்சமுள்ள சூரிய வெளிச்சத்தை வாங்கிக்கொள்ளும். இன்னும் சில பெரிய மரத்தில் சுற்றி ஏறிப்போகும். பல வகையான தாவரங்களுக்குத் தேவையானது ஒரே சத்துக்களாக இருக்காது. சத்துக்களின் கலவையிலும் மாற்றங்கள் உண்டாகும். ஒரே இனத்தைத் தொடர்ச்சியாக நிலத்தில் விவசாயம் செய்தால் ஒரே சத்துக்கள்தான் தொடர்ந்து மண்ணிலிருந்து உறிஞ் சப்படும். அத்துடன் பிறபாடு அந்தத் தாவரம் அந்த மண்ணில் நன்றாக வளர முடியாமல்போகும். பல இனங்கள் ஒன்றாக வளர்ந்தால் இந்தச் சிக்கல் இருக்காது.

"ஒரே இனத் தாவரங்களை மட்டும் பயிர் செய்வதற்கு மோனோ கல்சர் (Monoculture) என்று பெயர். பல இனங்களை ஒன்றாக வளர்ப்பதற்கு பாலிகல்ச்சர் (Polyculture) என்று பெயர். இந்தப் பெயர்களைக் கேட்டு பயப்பட வேண்டாம். ஒரே இனம் ஒன்றாக வளரும்போதுதான் நோய்கள் ஏற்படும். பல இனங்கள் ஒன்றாக இருந்தால் இப்படி நோய் ஏற்படுவதில்லை."

"ஆனால், நெல் வயலில் பலவகை தாவரங்களை ஒன்றாக வளர்க்க முடியுமா?"

"முடியும். ஜப்பானில் ஒரு ஆராய்ச்சியாளர் இப்படிப்பட்ட பரிசோதனையைச் செய்து வெற்றி பெற்றிருக்கிறார். நெல், க்ளோவர், விண்டர்க்ரெயின் (பார்லி ரை) இவற்றையெல்லாம் ஒன்றாக வயலில் விவசாயம் செய்தார். ஒன்றை அறுவடை செய்யும்போது மற்றொன்று வயலில் நிற்கும். வைக்கோலை வயலிலேயே அழுகவிட்டார். நிலத்தை ஒருபோதும் தரிசாக விடவில்லை. உழுவும் இல்லை, கொத்தவும் இல்லை. என்றும் எப்போதும் மண்ணுக்கு மேலே தாவரக் கழிவுகள் இருக்கும்படியும், ஈரமாக இருக்கும்படியும் பார்த்துக்கொண்டார். அப்போது மண்ணில் பலவிதமான உயிரிகள் பெருகின. பூச்சிகளும், பூச்சிகளின் எதிரிகளும் வயலில் பெருகின. மெதுவாக அங்கே ஒரு சமத்தன்மை ஏற்பட்டது. பூச்சிகள் அழிந்தன. வண்ணத்துப் பூச்சிகளும், பறவைகளும் வயலில் பெருகின. வயல் இயற்கையின் விவசாய இடமானது. விவசாயம் செய்யச் செய்ய மண்ணின் வளம் மேம்பட்டு வந்தது. அந்த மகத்தான பரிசோதனையை நடத்தியவர் மஸநோபு புக்குவோக்கா (Mansanobu Fukuoka). அந்தப் பரிசோதனையின் கதையைத்தான் அவரது 'ஒற்றை வைக்கோல் புரட்சி' (One straw Revolution) என்னும் நூல் விவரிக்கிறது. உலகில் உள்ள இயற்கை முறை விவசாயம் செய்யும்

விவசாயிகளுக்கெல்லாம் இந்தப் புத்தகம் பெரிய உத்வேகத்தை அளித்தது."

அப்போது அந்த மக்கள் கூட்டத்தில் ஒருவராக இருந்த கங்காதரன் என்னும் விவசாயி சொன்னார்:

"இது மிகவும் சிக்கலான கருத்தாக அல்லவா இருக்கிறது. நிலத்தை உழக்கூடாது. கொத்தக்கூடாது. மேல் மண்ணின் மேற்பகுதியை ஒருபோதும் வெறுமையாக விட்டுவிடக் கூடாது. அங்கே தாவரக் கழிவுகளால் ஒரு போர்வைபோன்ற படலத்தை ஏற்படுத்த வேண்டும். பல வகையான தாவரங்களை ஒன்றாக வளர்க்க வேண்டும். மண்ணிலும், மேற்புறத்திலும் நிலையாக ஈரப்பதம் இருக்கும்படிப் பார்த்துக்கொள்ள வேண்டும். மண்ணில் பல வகையான உயிரிகள் வளரவும், பெருகவும், செயல்படவும் அனுமதிக்க வேண்டும். அவற்றைக் கொல்லக்கூடிய செயற்கை உரங்களையோ, பூச்சிக்கொல்லிகளையோ நிலத்தில் இடக்கூடாது. களையெடுக்கக் கூடாது... ஹா! இதையெல்லாம் அங்கீகரிப்பது சிரமம்தான்."

"ஆனால், அவைதான் இயற்கை விவசாயத்தின் அடிப்படையான கருத்துக்கள். ஒற்றை வைக்கோல் புரட்சியை அப்படியே அங்கீகரிக்க வேண்டும் என்பது இல்லை. அப்படியே பின்பற்ற வேண்டும் என்பது இல்லை. ஒவ்வொரு நாட்டின் பருவ நிலைக்கும், தேவைகளுக்கும் ஏற்ற வகையில்தான் அந்தந்த நாட்டின் விவசாய முறை இருக்கும். அதற்கு ஏற்ற பரிசோதனைகளை நாம்தான் செய்ய வேண்டும். பூச்சிகளை எதிர்க்கும் சக்தியுள்ள நாட்டு விதைகளை நாம்தான் தேர்ந்தெடுக்க வேண்டும்; பரவலாக்க வேண்டும். நம் பாரம்பரிய விவசாய முறையில் உள்ள எல்லா நல்ல அம்சங்களையும் ஏற்றுக்கொள்ள வேண்டும். நவீன விவசாயத்திலும் ஏற்றுக்கொள்ளக்கூடிய நல்ல விஷயங்கள் இருந்தால் அதையும் ஏற்றுக்கொள்ள வேண்டும். ஒவ்வொரு விவசாயியும் பரிசோதனை செய்து பார்க்க வேண்டும். அவ்வாறு சொந்தமாகக் கற்றுக்கொள்ள வேண்டும். என்ன நடந்தாலும் செயற்கை உரங்களையோ, பூச்சிக்கொல்லிகளையோ பயன்படுத்த மாட்டோம் என்று உறுதியெடுக்க வேண்டிய காலம் கடந்துவிட்டது."

"இந்த முறையில் விவசாயம் செய்து வெற்றி பெற்றிருக்கிற யாரேனும் நம் ஊரில் இருக்கிறார்களா?"

"இருக்கிறார்கள். பலர் இருக்கிறார்கள். பாண்டிச்சேரியில் அரவிந்தர் ஆஸ்ரமத்தில் இயற்கை முறை விவசாயம் நடக்கிறது. இந்தூரில் கஸ்தூர்பா கிராம், ஹோஷங்காபாதில் பிரண்ட்ஸ் ரூரல் சென்டர், லடாக்கில் ஈக்காலஜிக்கல் டெவலப்மென்ட் குரூப் ஆகிய அமைப்புகள் இயற்கை முறை விவசாயத்திற்குப் புகழ் பெற்றவை. கேரளத்தில் இயற்கை விவசாயம் செய்பவர்கள் பலர் இருக்கிறார்கள். இவர்கள் அடிக்கடி சந்திக்கிறார்கள். முக்கியமான பரிசோதனைகள் செய்து பார்க்க விவசாயிகள் தயாராக இருக்க வேண்டும்."

"ஆனால் இது லாபகரமாக இருக்குமா?"

"இந்த விவசாய முறையில் பெரிய அளவில் லாபம் சம்பாதிக்க வாய்ப்பிருக்கிறது. இன்றைய விவசாய முறையில் பெரிய அளவில் சக்தி தேவைப்படுகிறது. பழைய விவசாய முறையில் நாம் சக்தியைச் சேகரித்தோம்; காப்பாற்றி வைத்திருந்தோம். அது நமக்கு சக்தியை லாபமாகத் தந்தது. இன்றைய நவீன முறை விவசாயத்தில் பெரிய அளவில் சக்தியைச் செலவிட வேண்டிவருகிறது. பூச்சிக்கொல்லி மருந்துகளும், செயற்கை உரங்களும் தயாரிக்க பெருமளவு சக்தி தேவைப்படுகிறது. நவீன முறை விவசாயத்தில் பயன்படுத்தும் டிராக்டர், பம்பு முதலியவையும் பெரியஅளவில் சக்தியைத் தின்கின்றன. அவ்வாறு விவசாயம் இன்று பெரிய செலவு பிடிக்கும் செயலாக மாறியிருக்கிறது. 'நவீன விவசாயம்' மேலை நாடுகளின் கொடையல்லவா. அந்த நாடுகளில் 1940 - ஆம் ஆண்டு முதல் எரிபொருளுக்கு மானியம் வழங்கி வந்தார்கள். அது விவசாயச் செலவுகளைக் குறைத்துக் காண்பித்தது. அமெரிக்காவில் மட்டும் விவசாயத்திற்குப் பயன்படுத்துகின்ற ஐந்து மில்லியன் டிராக்டர்களுக்காக எட்டு பில்லியன் எண்ணெய் தேவைப்படுகிறது என்பதுதான் கணக்கு. பெரல்மானின் (Perelman) ஒரு கணக்கின்படி அமெரிக்காவில் விவசாய உற்பத்திகளுக்குக் கொடுக்க முடிகிற சக்திக்குச் சமமான சக்தியை இப்படி டிராக்டர்களில் எண்ணெயாக எரிக்கிறார்கள்! அப்படி நவீனம் என்று கொண்டாடப்படும் விவசாயம் மிக அதிக செலவு கொண்டதாக இருக்கிறது. இந்த செலவு அதிகரித்து அதிகரித்து வருகிறது. அவ்வாறு விவசாயம் நஷ்ட வியாபாரமாக மாறுகிறது. அப்படி நஷ்டமாவதை நாம் உணரவில்லை என்பதுதான் உண்மை. பலவிதான மானியங்களின் திரைமறைவில் விவசாயிகளுக்கு நஷ்டம் தோன்றுவதில்லை."

"நீங்கள் என்ன சொல்கிறீர்கள் என்று எங்களுக்குப் புரியவில்லை. ஒரு விஷயம் உண்மைதான். இன்று விவசாயத்திற்கு ஆகும் செலவைத் தாங்க முடியவில்லை. விவசாயம் நஷ்டமாகி வருகிறது. செலவைக் குறைக்கவில்லையென்றால் நாம் தொடர்ந்து விவசாயம் செய்ய முடியாது." என்று தங்கப்பனின் மனைவியும் சொன்னார்கள்.

"பொதுவாக எல்லோரும் நவீன விவசாயம் லாபம் தரக்கூடியது என்றும், இயற்கை முறை விவசாயம் நஷ்டம் தரக்கூடியது என்றும் நம்புகிறார்கள். இப்படியே சென்றால் நவீன முறை விவசாயம் நஷ்டமாகும் என்பது சரிதான். அதுதான் கேரளத்தின் அனுபவம். உரங்களின் விலை அதிகரித்துவிட்டது. மானியங்களையும் நிறுத்திவிட்டால் பிறகு இந் நவீன விவசாயம் நடக்காது. அது நஷ்டமாகும். ஆனால், உரம்போடாமல், நிலத்தை உழாமல் செய்யும் இயற்கை விவசாயத்தில் உற்பத்தி மிகவும் குறைவாக இருக்காதா? இந்த வகையில் உலகத்து மக்கள் அத்தனை பேருக்கும் உணவு உண்டாக்க முடியுமா?" என்று கங்காதரன் கேட்டார்.

"நீங்கள் கேட்கும் கேள்விக்கு எளிமையான முறையில் பதில் சொல்கிறேன். இந்த உலகத்தில் மிகப் பெரும் அளவில் இயற்கை முறை விவசாயம்தான் சாத்தியமாகும் என்ற நிலை வரும். அதன் அறிகுறிகளை இன்றே பார்க்கிறோம். நவீன முறை விவசாயத்தின் செலவு, அடிக்கடி அதிகரித்து வரும்போது, இயற்கை விவசாயம் செய்வதுதான் ஒரே ஒரு வழியாக இருக்கும். இந்தியாவிலேயே பலர், இயற்கை விவசாயத்தை லாபகரமாகச் செய்யலாம் என்று நிரூபித்துக் காட்டியிருக்கிறார்கள்." (குஜராத்தில் Bhaskarbhai save, மகாராஷ்ரத்தில் Poonam chand Bafna, கர்நாடகாவில் Narayan Reddy ஆகியோர் உதாரணங்கள். கூடுதல் விவரங்களுக்கு Dr. Mrs. Shirin Gadhia வுடன் தொடர்பு கொள்ளவும்)

"இப்படி இயற்கை உரங்களை மட்டும் பயன்படுத்தி இயற்கை விவசாயம் செய்கின்றவர்கள் உலகில் வேறு பகுதிகளில் இருக்கிறார்களா?"

"உண்டு. இண்டர்நேஷனல் பெடரேஷன் ஆஃப் ஆர்கானிக் அக்ரிகல்ச்சர் மூவ்மென்ட்ஸ் (International Federation of Organic Agriculture Movements, IFOAM) என்ற அமைப்பு, இயற்கை விவசாய முறையை உலக அளவில் ஊக்குவிக்கும் ஒரு அமைப்பாகும். 75 நாடுகளைச் சேர்ந்தவர்கள் அதில் உறுப்பினர்களாக இருக்கிறார்கள். 1992-ஆம் ஆண்டு பிரேசிலில், IFOAM அமைப்பின் உலக மாநாடு நடந்தது. அதில் அறுபது நாடுகளிலிருந்து ஐநூறு பிரதிநிதிகள் கலந்து கொண்டார்கள்."

"அப்படியென்றால் மாற்றத்தின் காற்று உலகமெங்கும் வீசத் தொடங்கியிருக்கிறது. அப்படித்தானே?"

"ஆமாம். இந்த மாத்தன் மண்புழு வழக்கு குறிப்பிடுவதும் அதுதான். காலம் மாறுகிறது. மனிதர்கள் முற்காலத்தில் செய்த முட்டாள்தனங்கள் புரிகிறது. அறிவியல்பூர்வமான முறை என்று அறைகூவிச் செய்ததெல்லாம், அறிவியல்பூர்வமான முறை அல்ல என்று தெரிவருகிறது. அப்படியென்றால் நாம் விவேகத்துடன் செயல்பட வேண்டிய காலம் வந்திருக்கிறது என்று பொருள். இயற்கையைப் பற்றித் தெளிவாகப் படிக்க வேண்டிய காலம் வந்திருக்கிறது."

"படித்தால் மட்டும் போதாது. செயல்படவும் வேண்டும்."

"ஆமாம். இயற்கையைக் காயப்படுத்தாத விவசாயம். பூமியில் மனிதன் மற்றும் பிற உயிர்களின் இருப்பை உறுதிப்படுத்தும் விவசாயம். இதைப் பற்றி அறிந்துகொள்ள வேண்டும். பரிசோதனைகள் செய்ய வேண்டும். உண்மைகளைக் கண்டுபிடிக்க வேண்டும். அப்படிப் பரிசோதனைகள் செய்பவர்களுக்கு உதவி செய்பவர்கள்தான் மாத்தனும் அவர் இனத்தைச் சேர்ந்தவர்களும். அதுதான் அவர்களின் முக்கியத்துவம்."

மண்ணடி கிராமத்தில் கூடி நின்ற மக்களெல்லாம் அப்போதுதான் மாத்தனைப் பற்றி நினைக்கிறார்கள். இயற்கையைப் பற்றியும்,

இயற்கையின் சமத்தன்மையைப் பற்றியும், இயற்கை விவசாயத்தைப் பற்றியும், நவீன விவசாய முறையின் குறைபாடுகளைப் பற்றியும் கேட்டு விவாதித்திருந்தபோது அவர்கள் மாத்தனை முற்றிலும் மறந்து விட்டார்கள். தாங்கள் ஒரு நீதிமன்றத்தில் இருக்கிறோம் என்பதைக்கூட அவர்கள் மறந்துவிட்டார்கள். அந்த நேரத்தில் அவர்களுக்கு பெரிய கல்விச்சாலை ஒன்றில் மிகவும் முக்கியமான பாடம் படிப்பதைப் போன்ற எண்ணம் இருந்தது.

நேரம் மதியப் பொழுதை நெருங்கியது. இயற்கை விவசாயத்தில் மாத்தனுக்கு என்ன பங்கு? என்பதைப் பற்றி பின்னர் விவாதிக்கலாம் என்று நீதிபதிகள் அறிவித்தார்கள். மறுபடியும் நாளை கூடலாம் என்று முடிவு செய்து நீதிமன்றம் கலைந்தது. இயற்கையைப் பற்றியும், இயற்கை விவசாயத்தைப் பற்றியும் நிறைய விஷயங்களைத் தெரிந்துகொண்ட மக்கள் மகிழ்ச்சியுடன் நடந்து சென்றார்கள்.

இயற்கை விவசாயத்தைப் பற்றி மேலதிக விவரங்கள்

நமது நிருபர். 11. 10. 93

மக்கள் நீதிமன்றத்தில் பங்கேற்க வழக்கத்தைவிட நேற்று அதிகமான மக்கள் வந்திருந்தார்கள். மண்ணைக் கொல்லாத புதிய விவசாய முறையைப் பற்றி முன்தினம் விவரிக்கப்பட்டதை அறிந்துதான் இன்னும் அதிகமான மக்கள் நீதிமன்றத்திற்கு வந்திருந்தார்கள். இயற்கை விவசாயத்தைப் பற்றியும், அதில் மண்புழுக்களின் பங்கைப் பற்றியும் இன்னும் அறிந்துகொள்ள வேண்டும் என்னும் தீவிரமான ஆர்வத்தை அவர்கள் வெளிப்படுத்தினார்கள்.

முன்தினம் நீதிமன்றம் கலைந்த பிறகு மண்ணடி கிராமத்தில் ஒரு விபத்து மரணம் நடந்தது. வயலில் தெளிப்பதற்காக வைத்திருந்த பூச்சிக் கொல்லி மருந்து கலந்த தண்ணீரைக் குடித்து மண்ணடி கிராமத்தைச் சேர்ந்த ஒரு பெண் மரணமடைந்தாள். அந்த மரணத்தை மக்கள் நீதிமன்றத்தின் கவனத்திற்குக் கொண்டுவந்தது திரு. கங்காதரன் அவர்கள்தான். அந்தச் செய்தி பூச்சிக்கொல்லிகளைப் பற்றிய விவாதத்தை நீதிமன்றத்தில் ஏற்படுத்தியது.

"இப்படிப் பெரிய அளவில் பல விதமான செயற்கைப் பூச்சிக்கொல்லி மருந்துகளைப் பயன்படுத்துவது சரிதானா?" என்று தங்கப்பன் அண்ணனின் மனைவி கேட்டார்கள்.

"சரியல்ல. இந்த ரசாயனப் பொருட்கள் பூச்சிகளைக் கொல்லும் செயலை மட்டும் செய்யவில்லை. அவை மெதுவாக இயற்கைக்கு ஊறு விளைவிக்கின்றன. எந்தவொரு ரசாயனப் பொருளாலும் பூச்சிகளை முற்றிலும் ஒழிக்க முடியாது. ஒரு ரசாயனப் பூச்சிக்கொல்லி தற்காலிகமாக பூச்சிகளைக் கட்டுப்படுத்தக்கூடும். ஆனால், சிறுகச் சிறுக பூச்சிகள், அந்த ரசாயனப் பூச்சிக் கொல்லியை வென்று வாழும் சக்தி பெறும்; எதிர்ப்புச் சக்தி பெறும். அப்போது ரசாயனப் பூச்சிக்கொல்லியை அதிகமாகப் பிரயோகிக்க வேண்டி வரும். இல்லையென்றால் அதைவிட சக்தி மிகுந்த வேறொரு பூச்சிக் கொல்லியைப் பயன்படுத்த வேண்டிவரும். இப்படிக் காலம் செல்லச் செல்ல அதிகமான பூச்சிக் கொல்லிகள் பயன்படுத்த வேண்டி வருகிறது. அது விவசாய செலவை அதிகரிக்கிறது. நிலத்திற்கும், சுற்றுச் சூழலுக்கும் தீங்காகவும் அமைகிறது."

"விவசாயம் நடக்கும் இடத்தில் பூச்சிக் கொல்லிகளைப் பயன்படுத்தும்போது, அவற்றிற்கு மனிதனைக் கொல்வதற்கான சக்தி இல்லையல்லவா? இறக்க வேண்டும் என்று அதை எடுத்துக் குடித்தால்தானே சிக்கல்?" என்று தங்கப்பன் அண்ணன் கேள்வி எழுப்பினார்.

"நீங்கள் சொல்வது தவறு. எல்லாவிதமான பூச்சிக்கொல்லிகளும் உயிரைக் கொல்லக்கூடியதுதான். பூச்சிகளை உடனடியாகக் கொல்லும். மற்றவற்றை அதன் விஷம் சிறுகச் சிறுகக் கொல்லும். எதிர்காலத்தில் கொல்லாமல் கொன்றுவிடும்."

"புரியவில்லையே ஐயா..."

"இந்தப் பூச்சிக்கொல்லிகள், மண்ணிலும், தண்ணீரிலும், தாவரங்களிலும் கலக்கும். அது முழுமையாக தனிப்பிரிக்கப்பட மாட்டாது. கொஞ்சம் அங்கேயே மிச்சம் கிடக்கும். அது சிறுகச் சிறுக விஷமாக மாறும். இதோ சில விவரங்கள். அமெரிக்காவில் மட்டும் ஒவ்வொரு வருடமும் ஏறத்தாழ இருபது லட்சத்திற்கும் அதிகமான விஷ பாதிப்புகள் ஏற்படுகின்றன. அதன் காரணத்தால் ஒவ்வொரு வருடமும் நாற்பதாயிரத்திற்கும் அதிகமான மரணங்கள் நிகழ்கின்றன. இது மனிதனைப் பற்றிய கணக்கு. மற்ற உயிரினங்களில் எவ்வளவு எப்படிச் சாகின்றன என்று கணக்கு இல்லை!"

"அமெரிக்காவில் டி. டி. டி - யை எப்போதோ தடை செய்துவிட்டார்கள் என்று நான் எங்கோ படித்த நினைவிருக்கிறது." கங்காதரன் கூறினார்.

"சரிதான். பூச்சிக்கொல்லியான டி.டி.டி. அங்கே தடை செய்து பதினாறு வருடங்களாகின்றன. ஆயினும் இப்போதைய அமெரிக்கர்களில் 98 சதவிகித மக்களின் உடலில் டி.டி.டி. ஆபத்தான அளவில் உள்ளது. சிக்காகோவில் உள்ள இல்லினாய்ஸ் பல்கலைக்கழப் பேராசிரியரான எப்ஸ்டின் (Epstein) அவர்களின் கணக்கின்படி அமெரிக்காவில் பயன்படுத்தப்படுகின்ற 53 பூச்சிக்கொல்லிகள் கேன்சர் நோயை ஏற்படுத்தக்கூடியயவை. இவற்றில் 28 பூச்சிக்கொல்லிகள் உணவின் மூலம் அமெரிக்கர்களின் உடலை அடைந்து கேன்சர் உண்டாக்குகின்றன. இதனால் அதிகமாக இருபதாயிரம் கேன்சர் மரணம் அங்கே நிகழ்கிறது. பூச்சிக்கொல்லிகள் ஒரு வருடம் அமெரிக்காவில் ஏற்படுத்தும் ஆரோக்கிய, சுற்றுச்சூழல் நஷ்டங்கள் எல்லாவற்றையும் கணக்கிட்டுப் பார்த்தால், அந்த நஷ்டம் ஏறத்தாழ பத்தாயிரம்கோடி ரூபாய் மதிப்புடையதாக இருக்கிறது! பூச்சிக்கொல்லிகளால் அந்தத் தொகைக்கு நிகராகவேனும் பலன் எதுவும் ஏற்படுகிறதா என்று தெரியவில்லை."

"அமெரிக்காவிலேயே இப்படியென்றால், அப்புறம் இந்தியாவைப் பற்றிச் சொல்லவே வேண்டாம்!" என்றார் கங்காதரன்.

"சரிதான். இந்தியாவில் இன்று கிடைக்கும் பாலிலும், தானியங்களிலும், பயறுகளிலும், குழந்தைகளுக்கான உணவுகளில்கூட விஷ மாசுக்கள் உண்டு என்று சமீபத்தில் இந்தியன் கவுன்சில் ஆஃப் மெடிக்கல் ரிசர்ச் கண்டுபிடித்துள்ளது. பசுவின் பாலிலும், எருமைப் பாலிலும் இருக்கும் டி. டி. டி. யின் அளவு, மனித உடல் தாங்கக்கூடியதைவிட நாற்பது மடங்கு அதிகமாக இருக்கிறது."

"அட ஆண்டவனே! பாலில்கூட விஷம்! இந்த விஷத் தொல்லைகளிலிருந்து தப்புவதற்கு எந்த வழியும் இல்லையா?" என்று ஒரு மாணவன் உரக்கக் கேட்டான்.

"ஒரே ஒரு வழிதான் இருக்கிறது தம்பி. இப்படி விஷத்தைத் தெளித்து விவசாயம் செய்தால் அதை வாங்கிச் சாப்பிடக் கூடாது என்று நாம் எல்லோரும் சேர்ந்து முடிவெடுக்க வேண்டும். அப்போது விவசாயிகள் விவசாய முறையை மாற்றுவார்கள். தாங்களாகவே இயற்கை விவசாயத்திற்கு மாறுவார்கள். பல ஐரோப்பிய நாடுகளில் மக்கள் விஷ அம்சமுள்ள உணவுப் பொருட்களை வாங்க மறுக்கிறார்கள். இயற்கை விவசாயத்தால் மட்டுமே உருவாக்கப்பட்ட, விஷத் தன்மை சற்றும் இல்லாத உணவுப் பொருட்களை அவர்கள் தேடிப்பிடித்து வாங்குகிறார்கள். அப்படிப்பட்ட பொருட்களுக்கு அதிக விலை கொடுக்கவும் அவர்கள் தயாராக இருக்கிறார்கள்."

"இது ஒரு நல்ல செய்திதான். அப்படியென்றால் இயற்கை விவசாயம், அதாவது உயிர் விவசாயம் மேலும் புகழ் பெறும். அது இன்னும் லாபகரமாக இருக்கும்."

"ஆமாம். இப்படி லாபம் சம்பாதிக்கும் நாடுகளும் இருக்கின்றன. உதாரணமாக இஸ்ரேல் நாட்டைக் குறிப்பிடலாம். அந்த நாடு 1992 - இல் இந்த முறையில் உற்பத்தி செய்த 6200 டன் பழங்களையும் காய்கறிகளையும் வெளிநாடுகளுக்கு ஏற்றுமதி செய்தது. இதன் மூலம் 55 லட்சம் டாலர் லாபம் கிடைத்தது!"

"ஐரோப்பாவுக்கும் பிற நாடுகளுக்கும் இத்தகைய இயற்கை உணவுகளை (இயற்கை முறை விவசாயத்தால் விளைந்தது) மட்டும்தான் ஏற்றுமதி செய்ய வேண்டும் என்று சட்டம் வரப்போகிறது. அப்போது நம் நாட்டவர் கஷ்டப்படுவார்கள். எந்தக் காலத்திலும் பூச்சிக் கொல்லிகளை ஊற்றி விவசாயம் செய்தால், வாங்குவதற்கு ஆள் இல்லாத நிலைதான் வந்துகொண்டிருக்கிறது."

"இந்த விவரங்கள் எதுவும் தெரியாமல்தான் நம் விவசாயிகளும், விவசாய நிபுணர்களும் இன்றும் நம் நாட்டில் வாழ்ந்து கொண்டிருக்கிறார்கள்." தங்கப்பன் அண்ணன் புலம்பினார். பிறகு அவர்,

"எனக்கு ஒரு சந்தேகம்" என்று தந்திரமான சிரிப்புடன் கேட்டார்.

"என்ன சந்தேகம்?"

"இயற்கை விவசாயத்தின் மூலமாகவும், சாதாரண விவசாயத்தின் மூலமாகவும் உருவாகும் காய்கறிகளும், பழங்களும் ஒரே மாதிரிதானே இருக்கும்? பார்த்தால் வித்தியாசம் கண்டுபிடிக்க முடியாது அல்லவா? என்றால், நாம் பூச்சிக்கொல்லி ஊற்றி, செயற்கை உரங்கள் போட்டு பழையபடி விவசாயம் செய்வது, பிறகு விளைந்ததெல்லாம் இயற்கை

விவசாயத்தில் விளைந்தது என்று சொல்லி ஏற்றுமதி செய்வது, அதிகம் பணம் வாங்குவது! இப்படிச் செய்ய வாய்ப்பு உள்ளதா?"

உடனே தங்கப்பன் அண்ணனின் மனைவி இடைபுகுந்து, "அட! அந்தக் காலத்தில் மிளகில் கலப்படம் செய்து விற்றவர் அல்லவா நீங்கள். இதுவும் செய்வீர்கள், இதற்கு மேலும் செய்வீர்கள்!" என்றார்கள்.

"முதலாவதாக, தங்கப்பன் அண்ணன் சொல்வதுபோன்று செய்தால் அது பெரிய குற்றமாகும். இயற்கை பற்றிய பிரக்ஞை உள்ளவர்களும், இயற்கையைக் காப்பாற்ற விரும்புபவர்களும், பூச்சிக்கொல்லிகளும், செயற்கை உரங்களும் போட்டுச் செய்யும் விவசாயத்தை இனிமேலும் ஊக்கப்படுத்த மாட்டார்கள். அப்புறம், எந்த நிலையிலும் பொய் சொல்லக்கூடாது என்று உங்களுக்குத் தெரியும்தானே?" என்றார் கங்காதரன்.

நீதிமன்றத்தில் இருந்த நிபுணர்கள் இந்த விஷயத்தைப் பற்றி விவரித்தார்கள்:

"சும்மா கொஞ்சம் பழங்களையும், காய்கறிகளையும் காட்டி - இவை இயற்கை விவசாயத்தில் விளைந்தவை என்று சொன்னால் யாரும் நம்ப மாட்டார்கள். அங்கீகரிக்கவும் மாட்டார்கள்."

"அப்புறம்?"

"அதற்கு அங்கீகாரம் வேண்டும். சான்றிதழ் வேண்டும். அதற்கு அந்த நாடுகளில் அமைப்புகள் உள்ளன. அவை நிபுணர்கள் நடத்தும் அமைப்புகள். அவர்கள் நம் உற்பத்திகளைப் பரிசோதிப்பார்கள். நாம் பயன்படுத்திய உரங்களைப் பரிசோதிப்பார்கள். விவசாயம் நடக்கும் இடத்தையும், அதன் சுற்றுப்புறத்தையும் ஆராய்ந்து பார்ப்பார்கள். விவசாய முறையை விரிவாக ஆய்வுக்குட்படுத்துவார்கள். இயற்கை விவசாயம் செய்யும் விவசாயிக்கு, இயற்கை விவசாயம் பற்றிய அறிவு இருக்கிறதா என்று சோதித்துப் பார்ப்பார்கள். இப்படி விரிவான பரிசோதனைகளுக்குப் பிறகுதான் சான்றிதழ் தருவார்கள். அடிக்கடி பரீட்சித்துப் பார்ப்பார்கள். தந்திர வேலைகள் எதுவும் செல்லுபடியாகாது."

"இல்லை, இப்படித்தான் இருக்க வேண்டும் என்று சொல்வதற்காகத்தான் நான் அப்படிக் கேட்டேன்." என்று தங்கப்பன் அண்ணன் சொன்னாலும், அவர் மனைவிக்கு நம்பிக்கை வரவில்லை!

"இந்த அமைப்புகள், இயற்கை விவசாயம் எப்படிச் செய்ய வேண்டும் என்று விரிவான ஆலோசனைகள் தரும். பல அமைப்புகள், தங்களுக்கென்று வரையறுத்துள்ள பிரத்தியேகத் தரம் இருக்கிறதா என்றும் பரிசீலிப்பதுண்டு. இதற்கு, இயற்கை விவசாயம் மட்டும் செய்தால் போதாது என்று அர்த்தம்."

"இந்தப் பிரத்தியேகப் பரிசீலனைகள் என்ன?"

"அமெரிக்காவிலிருந்து இயற்கை விவசாய விளைபொருட்களை வாங்கும் ஒரு ஜப்பானியக் குழு விவசாய நிலத்தில் மண்ணின் தரத்தைக் கவனிக்கிறது. மண் ஆரோக்கியமுள்ளதாக இருக்கிறதா? அதில் போதுமான இயற்கைக் கழிவுகள் உண்டா? மண் உயிரிகள் நிறைந்ததாக இருக்கிறதா? கலப்பு விவசாயம் நடைபெறுகிறதா? விவசாய இடத்தில் வண்ணத்துப் பூச்சிகளும், பறவைகளும், மற்ற பிராணிகளும் நிறைய இருக்கின்றனவா? விவசாய இடத்தில் புதர்க்காடுகளும், பல வகையான தாவரங்களும் உண்டா? சுற்றிலும் உள்ள தண்ணீர் சுத்தமாக இருக்கிறதா? இப்படியான விஷயங்களைப் பரிசோதித்து உறுதிப்படுத்திய பிறகுதான் அவர்கள் சான்றிதழ் தருவார்கள்; உற்பத்திகளை வாங்குவார்கள்."

"அப்படியென்றால், இயற்கை விவசாயம் என்பது சாதாரண விஷயம் ஒன்றுமில்லை. நன்றாகப் படித்து, தேவையான முன்னேற்பாட்டுடன் செய்ய வேண்டிய விஷயம்."

"இயற்கை விவசாயம், இருத்தலை உறுதிப்படுத்தும் விவசாயமாக இருக்க வேண்டும் என்னும் வாதமும் எழுகிறது. யாரின் இருத்தல்? விவசாயம் செய்யும் முதலாளியின், அல்லது நிறுவனத்தின் இருத்தல் மட்டுமல்ல. அங்கே வேலை செய்யும் பணியாளர்களின், அவர்களின் குடும்பங்களின், அந்தப் பிரதேசத்தில் உள்ள மக்கள் இனங்களின் இருத்தல். இந்த இருத்தலை உறுதிப்படுத்துபவர்களின் உற்பத்திகளுக்கே சான்றிதழ் கொடுக்க வேண்டும் என்பதுதான் அந்த வாதம். அப்படியென்றால் இயற்கை விவசாயம் செய்து கொள்ளை லாபம் சம்பாதிக்கத் திட்டமிடுபவர்களுக்கு சான்றிதழ் தரமாட்டார்கள். அதற்குப் பதிலாக, அந்த லாபத்தின் ஒரு பகுதியை அந்தப் பிரதேசத்தில் உள்ள மக்கள் இனத்தின் நன்மைக்காகச் செலவிட வேண்டும். உணவுப் பொருட்கள் உற்பத்தி செய்யப்படுகின்றன என்றால், அதில் ஒரு பகுதியை அந்த இடத்தைச் சேர்ந்தவர்களுக்குக் குறைந்த விலையில் கொடுக்க வேண்டும். ஏன் அப்படி? விவசாயம் என்பது லாபம் சம்பாதிப்பதற்கான ஒரு தொழில் அல்ல. ஒரு கலாச்சாரச் செயல்பாடு. அதன் மூலம், விவசாயம் நடக்கும் பகுதியில் வாழும் எளிய மக்களின் நலன் உறுதி செய்யப்பட வேண்டும். அப்படிச் செய்தால்தான் "இது இயற்கை விவசாய முறையில் விளைந்தது" என்று சான்றிதழ் கொடுக்க வேண்டும் என்பதுதான் இந்த வாதத்தின் பொருள். பிரேசிலில் உள்ள 'பயோ டைனமிக் இன்ஸ்டிட்யூட்' என்னும் அமைப்பைச் சேர்ந்த அலெக்ஸ்லண்டர் ஹார்க்லெ (Alexander Harkaly) அவர்களும் பிறரும் இந்தக் கருத்தை முன்வைத்திருக்கிறார்கள்."

"எதுவாயினும், உலகில் இயற்கை விவசாயம் பற்றிய அறிவு வளர்ந்து வருகிறது என்பதில் நாம் மகிழ்ச்சிகொள்ளலாம். இயற்கை விவசாயத்தின் மூலம் விளைவிக்கப்பட்ட உற்பத்திப் பொருட்களை அடையாளம்

காண்பதற்கான வழிமுறைகளை ஏற்படுத்துவதும் நல்லதுதான். இத்தகைய தயாரிப்புகளுக்கு வாடிக்கையாளர்கள் அதிகரித்துவருவது நல்ல அறிகுறி. இந்த மாற்றங்களைப் பற்றி நம் ஊர்க்காரர்களும் தெரிந்து கொள்ள வேண்டும். அதற்கேற்றபடி விவசாய முறைகளில் மாற்றங்கள் செய்ய முயல வேண்டும் என்று இந்த நீதிமன்றம் கேட்டுக்கொள்கிறது. நேரம் இல்லாத காரணத்தால் நாம் இந்த விஷயத்தைப் பற்றியான விவாதத்தை இங்கே நிறுத்துவோம். நாளை மீண்டும் தொடர்வோம்."

இந்த அறிவிப்புடன் நேற்று நீதிமன்றம் கலைந்தது.

மாத்தனின் மந்திர வித்தைகள்

மாத்தன் ஒரு மந்திரவாதியா?

மாத்தனும், அவரைச் சேர்ந்தவர்களும் மண்ணைப் புரட்டுவதற்காக நடத்தும் செயல்களைப் பற்றி அறிந்தபோதுதான் மக்களுக்கு இப்படி ஒரு சந்தேகம் தோன்றியது.

நேற்று மக்கள் நீதிமன்றத்தில் மீண்டும் மாத்தனைப் பற்றி வாதங்கள் எழுந்தன. அந்த வாதங்களில் தெரிய வந்த விஷயங்கள் மிகவும் உத்வேகமளிப்பதாக இருந்தன.

"நாம் இங்கு வந்திருக்கும் நிபுணர்களிடமிருந்து, மண்ணுக்கு உயிர் இருக்கிறது என்றும், மண்ணைக் கொல்லாமல் காப்பாற்ற வேண்டும் என்றும் தெரிந்துகொண்டோம். மண்ணில் ஆயிரக்கணக்கில், கண்ணுக்குத் தெரியாத நுண்ணுயிர்களும், பார்வைக்குப் புலனாகும் உயிர்களும் வசிக்கின்றன என்று நாம் புரிந்துகொண்டோம். அவை மண்ணில் வளர்கின்றன. பெருகுகின்றன. செயல்படுகின்றன. மண்ணைச் சத்து நிறைந்ததாக்கி நிலைபெறச் செய்கின்றன. அப்போது, மண்ணில் எவ்வளவு அதிகமான உயிரிகள் உண்டு என்பதுதான், மண்ணின் இளமைக்கான அளவுகோலாகிறது! மண்ணில் ஒரு பெரிய உலகம் ஒளிந்திருக்கிறது என்று சொல்லலாம். இந்த அற்புதமான உலகத்தில் மாத்தனுக்கும், அவரைச் சேர்ந்தவர்களுக்கும் உள்ள ஸ்தானம் என்பதை சுருக்கமாக எங்களுக்குச் சொல்லுங்கள்."

நீதிமன்றத்தின் இந்த வேண்டுகோளை ஏற்று நிபுணர் குழு அளித்த பதில் இதுதான்:

"மண்ணின் உள்ளே ஒரு பெரிய உலகம் நிலைபெற்றிருக்கிறது என்று சொன்னது உண்மைதான். ஆயிரக்கணக்கான உயிரிகள் தொடர்ந்து பாடுபட்டுக்கொண்டிருக்கும் ஒரு துடிப்பான உலகம் அது. அந்த உலகத்தில் தேவையற்றவர்கள் என்று யாருமில்லை. எல்லோருக்கும் உறுதியான இடம் உண்டு. எல்லோருக்கும் அவரவரின் கடமை இருக்கிறது. எல்லோரும் எப்போதும் முனைப்புடன் வேலை செய்துகொண்டிருக்கிறார்கள். எல்லோரும் ஒருவருடன் ஒருவர் தொடர்புகொண்டு வாழ்கிறார்கள். இது ஒரு பெரிய வலையின்

கண்ணிகளுக்கிடையிலான தொடர்புபோன்றது. மண்ணின் சத்துக்களை நிலைநிறுத்த இந்த செயல்பாடுகள் உதவுகின்றன. இந்த உலகத்தில் பல வகையான தாவரங்களும், ஜந்துக்களும் வாழ்கின்றன. அதனால் பலவிதமான கழிவுகள் பூமியில் விழுகின்றன; குப்பைக் கூளம் முதல் மனித மலம் வரை. உதிர்ந்துவிட்ட பூ முதல் இறந்துவிட்ட மனிதனின் சவ உடல்வரை. எல்லாம் மண்ணோடு சேர வேண்டும். சேர்க்க வேண்டும். அப்படியானால்தான் பூமியில் உயிரினங்கள் வாழ முடியும். மண்ணில் உள்ள உயிரிகள்தான் இந்த மாபெரும் பணியைச் செய்கின்றன!"

"ஒரு இலை உதிர்ந்து விழுந்தாலோ, ஒரு ஜந்து இறந்து விழுந்தாலோ, ஒரு கிளி மண்ணில் எச்சமிட்டாலோ, பூகம்பம் ஏற்பட்டு மனிதர்கள் மண்ணில் புதையுண்டு இறந்தாலோ... எப்போதும் உடனே இந்த உயிரிகள் செயல்படத் தொடங்குகின்றன. மக்கல், அழுகல், இயற்கைக் கழிவின் படிப்படியான தனிப்பிரிதல், கடைசியில் தாவரங்கள் உறிஞ்சிக்கொள்வதற்கு ஏற்ற விதத்தில் எளிமையான அம்சங் களாக்குவது..."

"இந்த மிகப் பெரிய பணியில் மாத்தனுக்கும், அவரைச் சேர்ந்தவர்களுக்கும் மிகவும் முக்கியமான இடம் இருக்கிறது. அவர்கள் இந்த மாபெரும் வேலையில் முக்கியமான கண்ணியாக இருக்கிறார்கள். ஆயினும், இந்தப் பிரபஞ்சத்தில் உள்ள எல்லாக் கண்ணிகளும் முக்கியமான கண்ணிகள்தான் என்பதை நாம் மறந்துவிடக்கூடாது. மாத்தனும் மற்ற மண்புழுக்களும் மண்ணின் மைந்தர்கள். அவர்கள் தாவரக்கழிவுகளைப் புரட்டுகிறார்கள். மண்ணை அசைக்கிறார்கள். மண்ணை விவசாயத்திற்கு ஏற்றதாக மாற்றியமைக்கிறார்கள். மண்ணில் தண்ணீர் கசிந்து இறங்குவதற்கு வழி செய்கிறார்கள். மண்ணில் காற்று நுழைவதற்கும் ஏற்பாடு செய்கிறார்கள்..."

"அதனால்தான் மண்புழுக்களை விவசாயிகளின் நண்பன் என்று சொல்கிறார்கள்! அப்படித்தானே?" தங்கப்பன் அண்ணனின் மனைவி கேட்டார்கள்.

"ஆமாம். பலவிதமான மண்புழுக்களும் மண்ணைத் தின்றுதான் மண்ணுக்கு உள்ளே செல்கின்றன! மண்ணும், மண்ணில் உள்ள பலவிதமான இயற்கைக் கழிவுகளும் மண்புழுவின் உணவுக் குழாயின் வழியே கீழே இறங்குகின்றன. மண்புழுவின் ஊடான அந்தப் பயணத்தில் இயற்கைக் கழிவுகள் நொறுங்குகின்றன, நுண்துகள்களாகின்றன, அதன் துர்நாற்றம் போக்கப்படுகிறது, அதன் அமிலத்தன்மை குறைந்து அந்தக் கலவை வீரியமற்றதாக (நியூட்ரல்) ஆகிறது!"

"அடடா! மண்புழு மண்ணில் இவ்வளவு மாற்றங்களைச் செய்கிறதா!" என்று வியந்தார் தங்கப்பன் அண்ணன்.

"ஆமாம். சுருக்கமாகச் சொன்னால் மண்புழு, மண்ணைத் தன் சொந்த உடலில் இட்டு பதப்படுத்துகிறது. தான் உடலிலிருந்து வெளியேற்றுகிற சிறுநீருடன் அந்த மண்ணைக் குழைக்கிறது. அப்படி அதில் நைட்ரஜனின் அளவு அதிகரிக்கிறது. மண்புழுவின் மந்திர வித்தைகள் இன்னும் இருக்கின்றன. மண்ணுக்குத் தீங்கு விளைவிக்கும் நிறைய நுண்ணுயிர்களை மண்புழு அழிக்கிறது. தன் உடலில் செரித்து அவற்றை அழிக்கிறது. அதே நேரத்தில் மண்ணுக்கு உதவி செய்யும் நிறைய நுண்ணுயிர்கள் மண்ணில் நிலைபெற்றுப் பெருக அனுமதிக்கிறது. இப்படித் தன் உணவுக்குழாய் என்னும் தொழிற்சாலையில் பதப்படுத்திய மண்ணை, மண்புழு வெளியேற்றுகிறது. அதுதான் மண்புழுவின் எச்சமாக வெளிவரும் மண். அது மிகவும் மதிப்பு மிக்க மண். அதில் உள்ள இயற்கைக் கழிவுகள் பதப்படுத்தப்பட்ட நிலையில் இருக்கின்றன. அதில் உள்ள நுண்ணுயிர்கள் அதி வேகம் வளர்கின்றன, பெருகுகின்றன. அவை, அதில் உள்ள இயற்கைக் கழிவுகளை அதிவேகமாகத் தனிப்பிரித்து, தாவரங்கள் உறிஞ்சுவதற்கு ஏற்ற வகையில் சீரமைக்கிறது. அவ்வாறு அந்த மண்ணின் சத்து அதிகரிக்கிறது. அதில் தாவரங்கள் நன்றாக வளர்கின்றன."

நிபுணர்களின் விளக்கத்தைக் கேட்டு மக்கள் வியந்து நின்றார்கள். இந்த மண்புழுவுக்கு இவ்வளவு வித்தைகள் தெரியும் என்று யாரறிவார்?!

"மண்புழு எச்சமாக வெளியேற்றும் மண்ணில் மண்புழுவின் முட்டை உறைகள்(Cocoon) நிறைய இருக்கின்றன. அதனால் மண்புழுவின் எச்சமான மண்ணை சேர்க்கும் மண்ணில் நிறைய மண்புழுக்கள் உருவாகும். அவையும் மண்ணைப் பதப்படுத்துகின்றன. இதோ ஒரு கணக்கு. மண்புழு, ஒரு ஏக்கரில் ஒரு வருடத்திற்கு நாற்பது டன் வரை மண் உண்டாக்கும். மண்புழுவின் மண் ஊட்டம் மிருந்த மண்ணாக இருக்கும்! மண்ணுக்குள் எட்டு அடி தூரம் வரை செல்ல மண்புழுக்களால் முடியும். அதானால்தான் பலர் மண்புழுவை இயற்கையின் உழவனாகவோ, கலப்பையாகவோ பார்க்கிறார்கள்."

"மண்புழு மிகவும் மெலிவாக இருக்கலாம். அதன் உணவுக் குழாய் சிறிதாக இருக்கலாம். ஆனால், இந்த மண்ணடி கிராமத்தில் ஆயிரமாயிரம் மண்புழுக்கள் இருக்கின்றன. இப்படி உலகமெங்கும் மண்புழுக்கள் இருக்கின்றன. அவையெல்லாம் எப்போதும் வேலை செய்துகொண்டிருக்கின்றன. அப்போது ஏற்படும் பயன் மிகப் பெரியதாக இருக்கும். ஒரு மண்புழு ஒரு வருடத்திற்கு ஒன்றரை பவுண்டு எச்சமிடும் என்பது ஒரு கணக்கு. அப்படி ஏக்கரில் பன்னிரண்டரை டன் மேல்மண் உருவாகிறது. இந்தக் கணக்குகள் மிகவும் துல்லியமானவை என்று சொல்ல முடியாது. வித்தியாசம் இருக்கலாம். மண்புழுக்களின் சுபாவம், மண்ணின் தன்மை, பருவ நிலை, தாவரக்கழிவுகள் மற்றும் ஈரம் கிடைக்கக் கூடிய அளவு...இவையெல்லாம் மண்புழுக்களின்

செயல்பாட்டையும், அவற்றின் மண் வெளியேற்றும் செயலையும் பாதிக்கின்றன. ஆனால் ஒன்று மட்டும் நிச்சயம். மண்புழு மண்ணை மேலும் சிறந்த மண்ணாக மாற்றுகிறது. மண்புழு மண்ணை பக்குவப்படுத்துவது என்பது மிகவும் முக்கியமான ஒரு கண்ணியாகும். மண்புழுக்களின் எண்ணிக்கைக்கும், மண்ணின் குணத்திற்கும் நேரடியான தொடர்பு இருக்கிறது..."

மண்புழுக்களின் மகத்தான செயல்களை நிபுணர்கள் எவ்வளவு எளிமையாகவும் அழகாகவும் எடுத்துச் சொன்னார்கள்! மக்கள் அதைக் கேட்டு அதிசயித்து நின்றார்கள். இந்தக் கட்டுரையை எழுதிக்கொண்டிருக்கும் எனக்கு - தோப்பிற்குள், சருகுகளுக்கு அடியில் வேலை செய்துகொண்டிருக்கும் மாத்தனும் இதைக் கேட்டு ஆனந்த நடனமாடுவார் என்று தோன்றியது.

கங்காதரன் ஒரு சந்தேகம் கேட்டார்:

"அப்படியென்றால் மண்புழுக்களை வளர்த்தால் மண்ணின் போஷாக்கு அதிகரிக்கும் அல்லவா?"

"நிச்சயமாக! இந்த விஷயம் குறித்து உலகமெங்கும் நிறைய ஆய்வுகள் நடந்து வருகின்றன. வெர்மி கல்ச்சர் (Vermiculture), வெர்மிடெக் (Vermitech) முதலான பேர்களில் அறியப்படும் ஒரு தொழில் நுட்பமாக இது வளர்ந்திருக்கிறது. இப்படி பிரத்தியேகக் குழிகளில் மண்புழுக்களை வளர்த்து உருவாக்கும் மண்புழு எச்சம், உரமாக விற்பனைக்குக் கிடைக்கிறது. உலகில் பல வகையான மண்புழுக்கள் உண்டல்லவா. எனவே ஒவ்வொரு நாட்டிலும் அந்த நாட்டுக்கு ஏற்ற மண்புழுக்கள்தான் பாரம்பரியமாக உருமாறி வந்திருக்கின்றன. இந்த விஷயத்தில் நாம் இயற்கையை நம்பலாம். அதனால் மண்புழு விவசாயம் செய்ய விரும்புபவர்கள், (குறிப்பாக மண்புழு எச்சத்தை விவசாய நிலத்தில் இடுவதற்காகத்தான் மண்புழுக்களை வளர்க்க விரும்புகிறீர்கள் என்றால்) அந்த நாட்டில் உள்ள மண்புழு இனங்களைப் பற்றி நன்றாக அறிந்துகொண்டு, அதில் ஏற்றதைத் தேர்ந்தெடுக்க வேண்டும்."

"மண்புழு விவசாயம் செய்வது எப்படி?"

"ஏற்ற ஒரு அளவில் ஒரு மண்புழுக் குழி உருவாக்க வேண்டும். சென்னை புதுக்கல்லூரியில் உள்ள முனைவர். சுல்தான் இஸ்மாயில் அவர்களின் 1 மீ. கருத்துப்படி 2 மீ. x 1 மீ. x 1 மீ. குழிதான் மிகவும் வசதியானது. அதில் 15 - 20 செ. மீ. கனத்தில் நல்ல மண்ணை இட வேண்டும். நல்ல வண்டல்மண்தான் மிகவும் ஏற்றது. அதுதான் மண்புழுக்களுக்களுக்கான படுக்கை! அதில் கொஞ்சம் மண்புழுக்களை இடவேண்டும். மேலே குறிப்பிட்ட அளவில் உள்ள குழிக்கு அதிகபட்சம் நூறு மண்புழுக்களை இடலாம். ஆரோக்கியமான மண்புழுக்களைத்தான் இட வேண்டும். மண்புழுக்களின் படுக்கையை நீரூற்றி நனைக்க வேண்டும். நல்ல ஈரம் இருக்கும்படி பார்த்துக்கொள்ள வேண்டும்.

ஆனால், குழியில் தண்ணீர் தேங்கி நிற்கக் கூடாது. இந்த மண்புழுப் படுக்கையின் மேல் அங்கங்கே கொஞ்சம் சாணத்தைத் தூவ வேண்டும். பிறகு ஆறு செ.மீ. கனத்தில் உலர்ந்த இலைகளோ, வைக்கோலோ இட்டு மூட வேண்டும். அதன் மேல் தென்னை மட்டையோ, பனை மட்டையோ இட்டு குழிக்கு நிழல் அமைக்க வேண்டும். தினமும் மண்புழுக் குழியை நனைக்க வேண்டும். ஈரம் இருக்கும்படி பார்த்துக்கொள்ள வேண்டும். ஒரு மாதத்திற்குப் பிறகு மூடியை எடுத்துவிட்டு இலைகளின் மேல் 5. செ.மீ. கனத்தில், ஈரமான இயற்கைக் கழிவுகள் இட வேண்டும். பிறகு மீண்டும் நிழலுக்காக மூட வேண்டும். இப்படி வாரத்திற்கு இரண்டு முறை இயற்கைக் கழிவுகள் இடலாம். இந்தக் கழிவுகளை அடிக்கடி ஒரு மண்வெட்டியால் கிளறிப் புரட்ட வேண்டும். ஆனால், மண்புழுக்களின் படுக்கையைக் கிளறி மண்புழுக்களைக் கொன்றுவிடக்கூடாது. இப்படிக் குழி நிறையும்வரை இயற்கைக் கழிவுகளை இடலாம். சமையலறைக் கழிவுகளையோ, சாணத்தையோ, மற்ற குப்பைகூளங்களையோ இடலாம். மண்புழுக் குழியில் எப்போதும் ஈரம் இருக்க வேண்டும். மண்புழுக்கள் வளர்வதற்காக இப்படி ஒன்றரை மாதம் குழியை மூடி வைக்க வேண்டும். தண்ணீர் தெளித்துக்கொண்டிருக்கவும் வேண்டும். அப்போது மண்புழுக்கள் குழியில் உள்ள இயற்கைக் கழிவுகளை பக்குவப்படுத்திக்கொண்டிருக்கும். இப்போது இவை வளர்ந்து

பெருகியிருக்கும். இனி மண்புழு கம்போஸ்ட் (கலப்பு உரம்) சேகரிக்கலாம்."

"அது எப்படி?"

"மூன்று நான்கு நாட்கள் தண்ணீர் தெளிக்காமல் விட்டுவிடுங்கள். அப்போது குழியின் மேல் பாகத்தில் கம்போஸ்ட் உலரும். பெரும்பாலான மண்புழுக்கள் கீழ்ப்பகுதிக்கு இறங்கிச் செல்லும். அப்போது மேற்பகுதியில் உள்ள கம்போஸ்ட்டை மட்டும் வெட்டி எடுங்கள். ஆனால், அடிப்பகுதியில் உள்ள மண்புழுப் படுக்கையைத் தொந்தரவு செய்துவிடக்கூடாது. இப்படிக் கிடைக்கும் கம்போஸ்ட்டை திறந்த இடத்தில் வெயிலில் பரப்பி சற்றுக் காயவைத்துப் பொடித்து சலித்து (2.5மி.மீ.சல்லடையில்) பயன்படுத்தலாம். அல்லது விற்கலாம்."

"விற்பதா?"

"ஆமாம். ஒரு கிலோகிராமுக்கு ரூ. 2 லிருந்து 3 வரை கிடைக்கும். இது நல்ல உரம். குறிப்பாக, நகரங்களில் தொட்டிகளில் செடிகள் வளர்ப்பவர்களுக்கு. மண்புழு விவசாயம் எப்படிச் செய்வது என்று முனைவர். இஸ்மாயில் கொடுத்திருந்த விளக்கம்தான் இங்கே வழங்கப்பட்டிருக்கிறது. மற்ற மையங்களில் சற்று வித்தியாசமான விளக்கங்களைத் தருகிறார்கள். புனேயில் உள்ள பவால்க்கர் மண்புழு ஆராய்ச்சி மையம் பெரிய அளவில் மண்புழு எச்சம் உருவாக்கி இயற்கை உரமாகப் பயன்படுத்துவதற்காக விவசாயிகளுக்குத் தருகிறார்கள். அவர்கள், ஒரு ஹெக்டேருக்கு 2. 5 -டன் எனும் கணக்கில் இந்த உரத்தைச் சேர்க்கும்படி ஆலோசனை கூறுகிறார்கள்."

"அது என்ன விலை இருக்கும்?"

"ஏறத்தாழ 4000 ரூபாய் வரும். நீர் தெளித்து ஈரத்தைத் தக்க வைத்திருக்கிற விவசாய நிலங்களில் இதைச் சேர்த்தால்தான் பலன் கிடைக்கும். மண்புழு மண்ணைச் சேர்த்து பிறகு மற்ற இயற்கைக் கழிவுகளையும் இட வேண்டும். சாணம்தான் மிகவும் நல்லது. குப்பை கூளங்களையும் இடலாம். இவற்றைப் பயன்படுத்தி மண்புழு மண்ணை மூட வேண்டும். மண்புழு மண் கலந்தவுடன் மண்ணில் பயன் தரக்கூடிய நுட்ப உயிரிகள் பெருகும். அவை மண்ணில் பெருகி, மண்ணில் உள்ள இயற்கைக் கழிவுகளை சுலபமாகத் தனிப்பிரிக்கும். மண்புழு மண்ணில் மண்புழுக்களின் முட்டை உறைகள் இருக்கும். அதனால் விவசாய இடங்களில் மண்புழுக்களின் எண்ணிக்கையும் பெருகும். அதுவும் மண்ணுக்கு வளம் தரக்கூடியதாகும்."

"ஆனால், நாங்கள் மண்ணடி கிராமத்து மக்கள் புனேவுக்குச் சென்று மண்புழு மண் வாங்கி வந்து எங்கள் நிலங்களில் போட முடியுமா?" தங்கப்பன் அண்ணன் ஒரு விவாதத்தைக் கிளப்பினார்.

"அப்படி யார் சொன்னது? நாமே நம் விவசாய நிலங்களில் மண்புழுக்களின் எண்ணிக்கையைப் பெருக்க வேண்டும். அதற்கான

சூழ்நிலையை ஏற்படுத்த வேண்டும். அதற்கான பின்புல அறிவைத்தான் நாங்கள் உங்களுக்கு வழங்கினோம். கேரளத்தில் மண்புழு விவசாயம் நடத்துவது என்பது அவ்வளவு சிரமமான காரியம் அல்ல. மிக மோசமாக நசிந்துபோன விவசாய இடங்களில் மட்டும்தான் மண்புழுக்களையோ, மண்புழு மண் மூலமாக முட்டை உறைகளையோ செயற்கையாகக் கலக்க வேண்டும் என்றுதான் எங்களுக்குத் தோன்றுகிறது."

"மற்ற பகுதிகளில் மண்புழுக்கள் உண்டா?"

"நிச்சயமாக. மாத்தனின் இனத்தைச் சேர்ந்தவர்கள் கொஞ்சமாவது அங்கே இருப்பார்கள். அவர்கள் வளரவும், பெருகவும் நாம் அனுமதிக்க வேண்டும் என்பதுதான் முக்கியம். அதற்கு விவசாய நிலங்களில் பூச்சிக்கொல்லிகள் தெளிக்கக் கூடாது. ரசாயன உரங்கள் இடக்கூடாது. முடிந்தவரை மண்ணைக் கிளராதிருக்க வேண்டும். மண்ணின் மேலே இயற்கைக் கழிவுகள் இருக்கும்படிப் பார்த்துக்கொள்ள வேண்டும். இப்படிச் செய்தால் மண்புழுக்கள் தாமே பெருகும். மண்ணின் வீரியமும் அதிகரிக்கும். மண் வளம் பெருகுவதுடன் விவசாயமும் மேம்படும்."

"என்றாலும் கொஞ்சம் மண்புழுக் குழிகள் உருவாக்கினால் நல்லதுதானே?"

"நிச்சயமாக நல்லதுதான்."

மண்புழுக்களைப் பற்றி தெரிந்து கொள்வதற்கு இவ்வளவு விஷயங்கள் இருக்கின்றனவா! மக்கள் நீதிமன்றத்தைச் சுற்றிலும் நின்றிருந்தவர்களின் முகங்களிலெல்லாம் பெரும் வியப்பு! நீதிமன்றம் கலையும் முன்பு இப்படி அறிவித்தது:

"மாத்தனும், அவர் இனத்தவரும் மண்ணில் என்னவெல்லாம் வித்தைகள் செய்கிறார்கள் என்று நாம் தெரிந்துகொண்டோம். மண்ணில் உள்ள இயற்கைக் கழிவுகளைத் தனிப்பிரித்து தாவரங்கள் பயன்படுத்தும் பக்குவத்தில் மாற்றினால்தான் பூமியில் தாவரங்கள் நிலைத்திருக்கும். உயிரினங்களும் நிலைக்கும். குப்பை கூளங்கள், கழிவுப்பொருட்கள் ஆகிய இயற்கைக் கழிவுகளில்தான் மண்புழுக்கள் செயல்படுகின்றன. அவை இருந்தால்தானே அவற்றின் அம்சங்களைத் தனிப்பிரிக்க முடியும்? அப்படியென்றால் நம் விவசாய நிலங்களில் தேவையான அளவு பச்சிலை உரங்களும், சாணமும், மற்ற தாவர - பிராணிக் கழிவுகளும் சேர்க்க வேண்டும். ஈரமாக்க வேண்டும். அப்படிச் செய்தால்தான் மாத்தனும் அவர் இனத்தவரும் அவற்றை பக்குவப்படுத்தி மண்ணை மேம்படுத்த முடியும். இந்த விஷயத்தை மாத்தனும் ஏற்றுக்கொள்வார் என்று நாங்கள் நம்புகிறோம்."

"இத்துடன் இன்னும் ஒரு விஷயத்தையும் தெளிவுபடுத்திவிடுகிறோம். மாத்தனின் உறவினர்கள் இன்றும் உலகமெங்கும் நிலைத்திருக்கிறார்கள்!

மனிதர்கள், பூமியில் இவ்வளவு அதிகமான விஷத்தை ஊற்றிய பின்னும் அவர்கள் நிலைத்திருக்கிறார்கள். அவர்களுக்கு நன்றி. அவர்கள் இருப்பதால் நாமும் நிலைத்திருக்கிறோம். அவர்களைக் காப்பாற்ற வேண்டிய தார்மீகக் கடமை நமக்கு இருக்கிறது என்பது உங்களுக்குப் புரிகிறதா?"

அங்கு கூடியிருந்த அத்தனை பேரும் "மாவீரன் மாத்தன் வாழ்க! அவர் புகழ் ஓங்குக!" என்று முழக்கமிட்டு நீதிமன்றத்தின் கருத்தை ஏற்றுக்கொண்டார்கள். அந்த ஓசையைக் கேட்டு தோப்பில் இருந்த மரங்களெல்லாம் மகிழ்ந்து சிலிர்த்தன.

மாத்தன் மண்புழு வழக்கு நாளை தீர்ப்பு சொல்லப்படுமா?

நமது நிருபர். 22 . 11. 93

புகழ் பெற்ற மாத்தன் மண்புழு வழக்கு இதோ முடியப்போகிறது. கடந்த இரண்டு வருடமாக இந்த வழக்கு மக்கள் நீதிமன்றத்தில் நடந்து வருவதை வாசகர்கள் அறிவார்கள். மிகப் பெரிய அளவில் மக்கள் கவனத்தை ஈர்த்த வழக்காக இது மாறிவிட்டது. நிறைய இயற்கை ஆர்வலர்கள் இந்த வழக்கின் மீது அக்கறை கொள்ளக் காரணம் இந்த வழக்கின் அடிப்படைதான். உலகில் ஒரு மக்கள் நீதிமன்றம் நடத்தும் முதலாவது மண்புழு வழக்கு இதுதான்.

கடந்த இரண்டு மாதங்களாக நடந்த வாதங்களையும், சர்ச்சைகளையும் விரிவாக எடுத்துச் சொல்ல வேண்டும் என்றால் அதற்கு நூற்றுக்கணக்கான பக்கங்கள் தேவைப்படும். அதனால் முக்கியமான சில வாதங்களையும், அறிவியல்பூர்வ விளக்கங்களையும் இங்கே கொடுத்திருக்கிறோம். மக்கள் நீதிமன்றத்தில் நடந்த வாதங்களும், அறிவியல் விளக்கங்களும் மிகவும் உத்வேகமளிப்பதாக இருந்தன. நீதிமன்றத்தின் சந்தேகங்களுக்கு விளக்கமளிக்க நிபுணர்குழு வருகை புரிந்தது ஒரு வரமாக இருந்தது.

இந்த வழக்கில் நாளை அளிக்கப்படும் தீர்ப்பைக் கேட்பதற்காக வெளிநாடுகளிலிருந்தும் பத்திரிகையாளர்கள் வருவார்கள் என்று தெரிகிறது. நேற்றே பி.பி.சி. குழு ஒன்று மண்ணடி கிராமத்திற்கு வந்துவிட்டது. அந்தக் குழுவினர் நேற்று, மக்கள் நீதிமன்றம் நடந்துகொண்டிருக்கும்போது அந்தக் காட்சிகளை வீடியோ படம் எடுத்தார்கள். மண்ணடி கிராமத்தில் உள்ள தோப்பையும் அவர்கள் படமெடுத்தார்கள். மாத்தன் மண்புழு வழக்கின் வரலாற்றைத் தெரிந்துகொள்ள அவர்கள் யுரேகா பத்திரிகை அலுவலகத்திற்கும் வந்தார்கள்.

மாத்தன் மண்புழு வழக்கின் தீர்ப்பு எப்படி இருக்கும்? உலகமெங்குமுள்ள இயற்கை ஆர்வலர்கள் இதை உற்றுப் பார்க்கிறார்கள். மாத்தன் மண்புழு வழக்கைப் பற்றி தூர்தர்ஷன் நாளை ஒரு பிரத்தியேக நிகழ்ச்சியை ஒளிபரப்பும் என்று தெரிகிறது.

நாமும் நாளை வரை காத்திருக்கலாம். வரலாற்றை மாற்றப்போகும் அந்த விதி எப்படி இருக்கும் என்று பொறுத்திருந்து பார்ப்போம்.

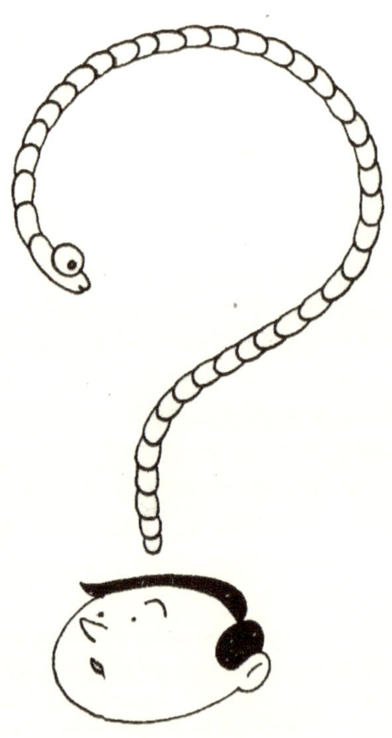

மாத்தனுக்கு ஓய்வூதியம் – நீதிமன்றம் தீர்ப்பு

நமது நிருபர். 23 . 11. 93

* *மா*த்தனுக்கும் அவர் இனத்தைச் சேர்ந்தவர்களுக்கும் ஓய்வூதியம் பெறத் தகுதியுள்ளது.
* மனிதத் தொழிலாளிகளைவிட மண்ணுக்குச் சேவை புரிபவர்கள் மண்புழுக்கள்தான்.
* விவசாய முறையை மாற்ற வேண்டும்.
* எல்லா உயிரினங்களுக்கும் நீதி உறுதி செய்யப்படவேண்டும்.
* சுற்றுச்சூழல் உணர்வை அடிப்படையாகக் கொண்ட சட்டங்கள் ஏற்படுத்தப்பட வேண்டும்.
* சுற்றுச்சூழல் நீதிமன்றங்களை நிறுவ வேண்டும்.
* வரலாற்று முக்கியத்துவம் வாய்ந்த இந்தத் தீர்ப்பை உலகமே முழுமனதாக வரவேற்கிறது.

மக்கள் நீதிமன்றம் நேற்று மாத்தன் மண்புழு வழக்கில் தீர்ப்புச் சொன்னது. ஆயிரம் பக்கங்கள் வருகிற மிக விரிவான உணர்ச்சிகரமான இந்தத் தீர்ப்பை, மக்கள் நீதிமன்ற நீதிபதிகள் ஏகமனதாக அங்கீகரித்தார்கள். நேற்று அதிகாலையில்தான் மண்ணடி கிராமத்தின் தோப்பின் அருகில் உள்ள பெரிய மாமரத்தின் அடியில் இந்தத் தீர்ப்பு வாசிக்கப்பட்டது.

மக்கள் நீதிமன்றத்தின் அனைத்து நீதிபதிகளும், அவர்களுக்கு உதவி செய்ய வந்த நிபுணர் குழுவினரும் அந்த நேரத்தில் நீதிமன்றத்திற்கு வருகை தந்திருந்தார்கள். இந்த வழக்கின் தீர்ப்பைக் கேட்பதற்கு லட்சக்கணக்கான இயற்கை ஆர்வலர்கள் நேற்று அதிகாலையிலிருந்தே மண்ணடி கிராமத்தில் காத்திருக்கத் தொடங்கினார்கள். அவர்களில் பெரும்பாலானோர் மாத்தனின் படம் அச்சிடப்பட்ட பல வண்ண அட்டைகளை உயர்த்திப் பிடித்திருந்தார்கள். வெளிநாட்டிலிருந்து 'கிரீன் பீஸ்' எனும் அமைப்பின் பிரதிநிதிகளும் வந்திருந்தார்கள்.

சரியாக ஆறுமணிக்கு நீதிமன்ற நடவடிக்கைகள் தொடங்கின. கூட்டப் பொறுப்பாளர் பேராசிரியர் எம்.கே.பிரசாத், மாத்தன் மண்புழு வழக்கின் வரலாற்றைச் சுருக்கமாகச் சொன்னார். மக்கள் நீதிமன்றத்தின் நடவடிக்கைகளில் பொதுமக்கள் காட்டிய ஆர்வத்திற்கு அவர் பிரத்தியேக நன்றிகளைத் தெரிவித்துக்கொண்டார்.

முனைவர் எம். பி. பரமேஸ்வரன் அவர்கள், நீதிபதிகள் ஏகமனதாக இந்தத் தீர்ப்பை எழுதியிருக்கிறார்கள் என்றும், தீர்ப்பின் நகல் அச்சடிக்கப்பட்டு மக்களுக்கு குறைந்த விலைக்கு விநியோகிக்கப்படும் என்றும் தெரிவித்தார்.

நீதிமன்றத் தலைவர், தீர்ப்பை வாசிப்பதற்காக டாக்டர். எ.என்.நம்பூதிரியை அழைத்தார்.

நீண்ட நெடிய இந்தத் தீர்ப்பின் முக்கியமான பகுதிகளை மட்டும் டாக்டர். எ. என். நம்பூதிரி அரைமணிநேரத்தில் வாசித்தார்.

பிரபஞ்சம் தோன்றிய கதை தீர்ப்பின் தொடக்கமாக அமைந்திருந்தது. பூமியில் உயிர் தோன்றி பரந்து வளர்ந்த உணர்ச்சிகரமான கதை. அந்த நாடகத்தில் கடைசியில் வந்த மனிதன் வளர்ந்து இன்று எந்த இடத்தை அடைந்திருக்கிறான்? விவசாயத்தின் மூலமாக, தொழிற் புரட்சியின் மூலமாக, அறிவியல் தொழில் நுட்பத்தின் பெரும் வளர்ச்சியின் மூலமாக, விண்வெளியிலும் ஆதிக்கத்தை நிலைநாட்டிய சக்திமானாக இன்றைய நவீன மனிதன் மாறியிருக்கிறான். அப்படி அதிஅற்புதமான முன்னேற்றத்திற்கிடையில் மனிதன், மண்ணையும், காற்றையும், தண்ணீரையும், சுற்றுச் சூழல் முழுவதையும் மாசுபடுத்திவிட்டான்!

பூமியின் மேல் தோலில்தான் மனிதன் உட்பட்ட அனைத்துயிர்களும் வாழவேண்டும். அந்த மேற்தோல் மிகவும் பலவீனமானது. பூமியே ஒரு சிறிய தென்னம்பாளைப் படகுபோன்றதுதான். பிரபஞ்சக் கடலில் உயிரின் ஆனந்த நடனத்தைச் சுமந்து செல்லும் ஒரு சிறிய பாளைப் படகு. அதில் ஒரு துளை ஏற்பட்டால், அதில் ஒரு விரிசல் ஏற்பட்டால் மிகவும் மென்மையான அந்தப் படகு மூழ்கினால் மனிதன் அழிவான்; மற்ற உயிரினங்களும் அழியும். பூமியை அழிக்கக்கூடிய, விசேட அறிவு பெற்ற மனிதன் விவேகத்துடன் நடந்துகொள்ளவில்லை என்றால் பூமி பயனற்றுப்போய்விடும். பூமியில் உயிரினங்கள் இல்லாமல்போய்விடும். பூமியைக் காப்பாற்ற வேண்டும் என்பது, இருபத்தி ஒன்றாம் நூற்றாண்டில் காலடி வைத்து நிற்கும் மனிதனின் தார்மீகக் கடமையாகும். மற்ற உயிரினங்கள் அழிந்தால் மனிதனும் அழிவான் என்பதை விவேகமுள்ள மனிதன் புரிந்துகொண்டிருக்கிறான் அல்லவா.

நமக்குக் தெரிந்தவரை பிரபஞ்சத்தில் இந்தப் பூமியில் மட்டும்தான் உயிர் இருக்கிறது; உயிரினங்கள் இருக்கின்றன. பூமியில் உள்ள உயிரினங்களின் உலகம் மிகவும் அற்புதமானது. அதன் பல்வகைத் தன்மை நம் கற்பனைக்கும் எட்டாதது. ஒரு செல் உயிரி முதல் கோடிக்கணக்கான செல் உள்ள உயிர்வரை இங்கே இருக்கின்றன. மிக நுண்ணுயிர் முதல் மிகப்பெரிய உயிரினங்கள்வரை இருக்கின்றன. முப்பது லட்சத்திற்கும் அதிகமான உயிரினங்கள் உள்ளன. நான்காயிரத்திற்கும் அதிகமான பாலூட்டி இனங்கள், எட்டாயிரத்திற்கும் அதிகமான பறவை இனங்கள், இருபதாயிரத்திற்கும் அதிகமான மீன் இனங்கள், பத்து லட்சத்திற்கும் அதிகமான பூச்சி இனங்கள், மூன்று லட்சத்திற்கும் அதிகமான தாவர இனங்கள்... இவையெல்லாம் மிக மிகவும் நீண்ட நெடிய காலம்கொண்டு இந்தப் பூமியில் உருவாயின. ஒன்றுடன் ஒன்று பிணைப்புக் கொண்டன. சில அழிந்தன. புதிய இனங்கள் உருவாயின. காலத்தின் மாபெரும் மகத்துவம்! பரிணாமத்தின் மிக நீண்ட, மெதுவான மாற்றம். அதன் மூலமாக நாம் இன்று பார்க்கிற பல வகையான உயிர் வடிவங்கள் இந்தப் பூமியில் உருவாயின. ஒரு வலையின் கண்ணிகள்போல ஒன்றுடன் ஒன்று தொடர்புகொண்டும், கொண்டும் கொடுத்தும் ஒத்துழைத்தும் இயற்கையின் மிகமிகவும் நுட்பமான சமத்தன்மைகளால் பூமியில் உயிர்கள் மகிழ்ச்சியாக வாழ்ந்திருந்தன. மனிதன் இதைத்தான் வென்று முன்னேற வேண்டும் என்று கருதுகிறான்! முன்பே குறிப்பிட்ட மிக நீண்டகால உயிரின வரலாற்றுடன் ஒப்பிடும்போது, மனிதனின் வரலாறு மிகமிகவும் குறுகியது என்பதை மனிதன் அறிந்துகொள்ள வேண்டிய காலம் கடந்துவிட்டது.

ஒரு சிறிய உதாரணம்கொண்டு இதை மேலும் தெளிவுபடுத்தலாம். பூமியின் வயது ஏறத்தாழ அறுபது கோடி ஆண்டுகள். 455 கோடி

ஆண்டுகளுக்கு முன்புதான் பூமியின் மேலோடு உருவானது. அதன் பிறகும் பல்லாண்டுகள் கழித்துதான் பூமியில் உயிர்கள் தோன்றின. பூமியின் வரலாறு நேற்று பன்னிரண்டு மணி முதல் தொடங்குகிறது என்று வைத்துக்கொள்வோம். இன்று இரவு பன்னிரண்டு மணி ஆகும்போது 500 கோடி வருடங்கள் ஆகின்றன என்று வைத்துக்கொள்வோம். (அதாவது இங்கு நாம் பூமியின் வரலாற்றை இருபத்துநான்கு மணிநேரமாக சுருக்கிப் பார்க்கிறோம்). அப்படியென்றால் நேற்று பாதி இரவில்தான் பூமி உருவானது. பன்னிரண்டு மணிக்கு பிறகு இரவு ஒருமணியாகிறது, இரண்டு மணியாகிறது... இப்படி இன்று காலை ஆறுமணி முப்பது நிமிடம் வரை பூமி வெற்றாகத்தான் இருக்கிறது; அதாவது பூமியில் உயிர் தோன்றவில்லை. காலை ஆறரைமணிக்கு நுண்ணுயிர்கள் தோன்றுகின்றன. இரவு ஒன்பது பதினைந்துக்கு முதுகெலும்புள்ள பிராணிகள் தோன்றுகின்றன. இரவு ஒன்பது நாற்பத்தைந்துக்கு தாவரங்கள் தோன்றுகின்றன. இரவு பத்து மணிக்கு நீரிலும் நிலத்திலும் வாழும் பிராணிகள் தோன்றுகின்றன. இரவு பத்து முப்பதுக்கு ஊர்வன தோன்றுகின்றன. இரவு பதினொன்றுக்கு பாலூட்டிகள் தோன்றுகின்றன. மனிதனோ? இரவு மணி பதினொன்று ஆன பிறகும் பூமியில் மனிதன் தோன்றவில்லை. இரவு பன்னிரண்டரை மணிக்கு பூமியின் இதுவரையிலான வரலாறு முடிகிறது. இரவு பதினொரு மணி பதினைந்து நிமிடங்களாகின்றன. மனிதன் தோன்றவில்லை. இரவு பதினொன்றரை ஆகிறது. இல்லை; இதுவரை மனிதன் தோன்றவில்லை. இதைக் கேட்டு உங்களுக்கு வருத்தமாக இருக்கும். பன்னிரண்டு மணிக்கு பூமியின் வரலாறு முடியப்போகிறது. பதினொன்று நாற்பத்தைந்து... பதினொன்று ஐம்பது... பதினொன்று ஐம்பத்தி ஐந்து... இல்லை! மனிதன் இதுவரை பூமியில் தோன்றவில்லை. கவனமாகக் கேளுங்கள். பன்னிரண்டு அடிப்பதற்கு இன்னும் வெறும் நாற்பது வினாடிகள் மட்டுமே மிச்சமிருக்கும்போதுதான் மனிதன் தோன்றினான்! எழுதப்பட்டிருக்கும் மனித வரலாற்றின் நீளமோ, பத்தில் ஒரு வினாடிதான்! பாம்புக்கும் பாறைக்கும் மனிதனைவிட நீண்ட வரலாறு உண்டு! நேற்று பெய்த மழையில் இன்று முளைத்த காளான்போன்றவன்தான் மனிதன். அந்த மனிதன்தான் தனக்கு எல்லா உயிர்களைப் பற்றியும் தெரியும் என்று நினைக்கிறான்! எது வேண்டும் எது வேண்டாம் என்று முடிவு செய்கிறான்! லட்சக்கணக்கான உயிரினங்களிடையே உள்ள மிக நுட்பமான தொடர்புகளைத் தான் புரிந்துகொண்டதாக நினைக்கிறான்! இந்த ஆணவத்தைத் துறந்தால்தான் மனிதனுக்கு விடிவு காலம் பிறக்கும். வெல்வது அல்ல, ஒத்திசைந்து வாழ்வதுதான் மிகமிகவும் முக்கியமானது. மனிதன் நிலை பெறுவதற்கு ஒரே ஒரு வழி அதுதான்.

அதனால்தான் உலக நாடுகள், இருத்தல் உறுதி செய்யப்பட்டதன் அடிப்படையில்தான் எல்லா வளர்ச்சி நடவடிக்கைகளும் அமைய வேண்டும் என்று அங்கீகரித்திருக்கின்றன. ஐக்கிய நாடுகள் சபையும்

நிலையான வளர்ச்சியைத்தான் தன் நிலைப்பாடாகக் கொண்டுள்ளது. எல்லா உயிரினங்களையும் போற்றுகிற, மதிக்கிற அணுகுமுறை ஒன்றால்தான் இருப்பை உறுதி செய்ய முடியும். எந்த இனத்திற்கு என்ன சிறப்புத் தன்மை உள்ளது என்று நாம் இன்னும் தெரிந்துகொள்ள வேண்டியிருக்கிறது. ஒரு உதாரணம் சொல்கிறேன். பிலிப்பைன்ஸில் உள்ள இன்டர்நேஷனல் ரைஸ் ரிசர்ச் இன்ஸ்டிட்யூட்டில் 83,000 வகை நெல் இனங்களைப் பரிசோதித்து ஒரு இனத்திற்கு மட்டுமே ஜி.எஸ்.யு. (Grassy Stunt Virus, GSU) வைரஸை எதிர்த்து நிற்பதற்கான ஜீன்கள் உள்ளன என்று கண்டுபிடித்திருக்கிறார்கள். இந்த இனம் அழிந்திருந்தால் நமக்கு எவ்வளவு பெரிய இழப்பாக இருந்திருக்கும்! எல்லா மனித இனங்களையும் காப்பாற்ற வேண்டும் என்றும், எல்லா தாவர, பிராணி இனங்களையும் காப்பாற்ற வேண்டும் என்றும் சொல்வதன் ரகசியம் இதிலிருந்து புரிகிறதா? ஒரு உயிரினம் இழக்கப்பட்டால் அதன் காரணமாக இந்த உலகத்திற்கு என்ன இழப்பு ஏற்படும் என்று நம்மால் கற்பனை செய்துகூட பார்க்க முடியாது. பெனிசில்லியம் நொட்ட்ட்டம் எனும் பூஞ்சைக் காளான் அழிந்திருந்தது என்றால், எந்த ஒரு விஞ் ஞானியாலும் பெனிசிலின் என்னும் மருந்தைக் கண்டுபிடித்திருக்க முடியாது. ஒரு அற்பக்காளானிலிருந்து தயாரிக்கப்பட்ட பெனிசிலின், மருத்துவ சிகிச்சை வரலாற்றையே மாற்றிய அந்த புகழ் பெற்ற கதை உங்களுக்குத் தெரியும்!

இந்தப் பின்னணியில்தான் நாம் மாத்தன் மண்புழுவின் வழக்கைப் பார்க்க வேண்டும்; விவசாயத்தையும் அணுக வேண்டும். மனிதன் இவ்வளவு முன்னேற்றமடைந்தாலும் அவன் மிகவும் பலவீனமான ஒரு ஜந்துதான் என்னும் உண்மையை நாம் ஏற்றுக்கொள்ளத்தான் வேண்டும். இயற்கையின் சமத்தன்மை குலைந்தால், உணவுச் சங்கிலியின் தலைப்பில் இருக்கும் மனிதன்தான் முதலில் பாதிக்கப்படுவான். அவன் பல விதமான செயல்களின் வாயிலாக வெளிவிடும் கரியமில வாயுவை உறிஞ்சிக்கொண்டு, அதற்குப் பதிலாக பிராண வாயுவை வெளியிட்டு காற்று மண்டலத்தை தூய்மையாக நிலைநிறுத்த இன்றும் நமக்கு இலைகள்தான் வேண்டும். இந்த இலைகளை நிலைநிறுத்த தாவரங்கள் வேண்டும். பலவிதமான தாவரங்கள் நிலைபெற்றால்தான், பல விதமான பிராணிகளும் நிலைபெற முடியும். மிகச் சில தாவர இனங்களை மட்டும் வைத்துக்கொண்டு மற்றவற்றை அழிக்கும் வேலையைத்தான் நவீன விவசாய முறை செய்கிறது. இதை நாம் மாற்ற வேண்டும். பாரம்பரிய விவசாய முறையில் உள்ள நமக்குப் பயன்படக்கூடிய விஷயங்களை ஏற்றுக்கொள்ள வேண்டும். விவசாயத்தை வெறும் ஒரு தொழிலாக மட்டும் பார்க்கும் அணுகுமுறையைக் கைவிட வேண்டும். அது ஒரு கலாச்சார நடவடிக்கையாக இருக்க வேண்டும். "அக்ரி கல்ச்சர்" என்பதில் உள்ள "கல்ச்சர்" என்பதை எடுத்துவிட்டு அதற்குப் பதிலாக "இன்டஸ்ட்ரி" என்று சேர்த்ததுதான் இன்றைய பிரச்சினை!

எல்லா உயிரினங்களையும் மதிக்கும், நேசிக்கும் இந்திய அணுகுமுறை விவசாயத்திலும் வேண்டும். பாரம்பரியமாக மண்ணில் நிலைபெற்று வரும் சமத்தன்மை குலைந்துவிடக்கூடாது. இந்த மண்ணில்தான் மண்புழுவும் மனிதனும் வாழ வேண்டும் என்பதை மறக்க வேண்டாம். மண்ணுக்கு உயிர் இருக்கிறது. மண், பூமியின் கருப்பை. அதன் ஆரோக்கியத்தைப் பாதுகாக்க வேண்டும். ஆரோக்கியமான கருப்பையில்தான் உயிர்கள் தோன்றும். அதனால் இயற்கை விவசாயத்திற்கே மிகப் பெரிய நிலைபேறு இருக்கிறது. இயற்கை விவசாயம், அல்லது உயிர் விவசாயம். பூமியில் வாழும் பலவிதமான உயிரினங்கள், மண்ணிலிருந்துதான் தமக்கான ஊட்டச் சத்துக்களை எடுத்துக்கொள்கின்றன. தாவரங்கள் நேரடியாக மண்ணிலிருந்து எடுத்துக்கொள்கின்றன. தாவரங்கள் வாயிலாக பிராணிகள் எடுத்துக்கொள்கின்றன. இப்படி எடுத்துக்கொள்ளப்படுவது, மீண்டும் மண்ணுக்குத் திரும்பக் கொடுக்கப்பட வேண்டும். அப்படிச் செய்தால்தான் மண்ணின் இளமை நிலைக்கும். அது உயிரினங்களைப் பெற்றிருக்க முடியும். அதனால் இயற்கைக் கழிவுகள் மீண்டும் மண்ணுக்குச் செல்ல வேண்டும். அவை தடையற்று மண்ணில் கலக்க வேண்டும். அவ்வாறு மண்ணின் போஷாக்கை தக்க வைக்க வேண்டும். இந்த மாபெரும் செயல்பாடு மிகமிகவும் சிக்கலானது; பல கட்டங்களாக நடைபெறக்கூடியது என்று நிபுணர்கள் நமக்குச் சொன்னார்கள். அந்தச் செயலின் பெரும் பங்கை மண்புழுக்கள் செய்கின்றார்கள். ஓய்வில்லாமல் இடையறாது அவர்கள் மண்ணைப் பக்குவப்படுத்திக்கொண்டிருக்கின்றார்கள். அவர்களின் சேவை மகத்தானது. மண்புழுக்களின் செயலைப் பார்த்து டார்வினே வியந்துபோனார்.

மாத்தனின் சேவை பற்றி தனக்கு மாற்றுக் கருத்து உள்ளதாக அரசு வழக்குரைஞர்கூட சொல்லவில்லை. மனிதர்களுக்கு ஓய்வூதியம் கொடுப்பதுபோல மற்ற பிராணிகளுக்குக் கொடுக்க முடியுமா என்பதுதான் அவர் கேள்வி. அவர் அப்படிக் கேட்டதற்குக் காரணம் என்ன? நீதிமன்றமும், தர்மநியாயங்களும் மனிதர்களுக்கு மட்டும்தான் என்னும் பழமைவாதக் கருத்துதான். நமக்கு ஒரு சுற்றுச்சூழல் நீதி முறை வேண்டும். எல்லா உயிரினங்களும் வாழ்வதற்கான உரிமையை அங்கீகரிக்கும் நீதிநெறி வேண்டும். எல்லா உயிரினத்திற்கும் நீதி கிடைக்கும் ஒரு புதிய அணுகுமுறை வேண்டும். நலிந்த மனிதத் தொழிலாளிகளுக்கு ஓய்வூதியம் பெறத் தகுதியுள்ளது எனில், நிச்சயமாக அந்தத் தகுதி மண்புழுத் தொழிலாளிகளுக்கும் உண்டு. அதனால் மாத்தனுக்கும், மாத்தனைப்போல வயது முதிர்ந்து நலிவுற்ற எல்லா மண்புழுத் தொழிலாளிகளுக்கும் ஓய்வூதியம் வழங்க வேண்டும் என்று நாங்கள் ஒரு மனதாகத் தீர்ப்பளிக்கிறோம்.

இது, வரலாற்றுச் சிறப்பு மிக்க ஒரு தீர்ப்பு என்று நாங்கள் உணர்ந்திருக்கிறோம். ஒரு சாதாரண நீதிமன்றத்தால் இப்படி ஒரு தீர்ப்புச் சொல்ல முடியாது என்பதும் எங்களுக்குத் தெரியும். உலகில் பற்பல இடங்களில் பெருமளவில் மாசுபாடுகளும் சுற்றுச்சூழல் சீர் கேடுகளும் ஏற்பட்டுக்கொண்டிருக்கின்றன. காடுகள் வெட்டி அழிக்கப்படுகின்றன. நீர்நிலைகளும், சதுப்புகளும் தூர்த்து அழிக்கப்படுகின்றன. இப்படிப் பலவிதமாக சுற்றுச்சூழலுக்குத் தீங்கு செய்யப்படுகின்றன. இயற்கையின் மீது அக்கறையுள்ள மக்கள் இவற்றிற்கெதிராகக் குரல் கொடுக்கிறார்கள். அவர்களுக்கு நீதி கிடைக்க வேண்டும் என்றால் சுற்றுச்சூழலின் மீது அக்கறையுள்ள நீதிமன்றங்கள் ஏற்பட வேண்டும். அந்த நீதிமன்றங்கள், எல்லா உயிரினங்களையும் காப்பாற்ற வேண்டும் என்ற உணர்வுடன் செயல்பட வேண்டும். அந்த உயிரினங்கள் நிலைபெற்று வாழ மண்ணும், மலையும், பாறையும், அருவியும், சதுப்பும், புல்மேடும், காடும், எல்லாமும் வேண்டும் என்னும் அறிவுள்ள நீதிமன்றமாக இருக்க வேண்டும். இதுபோன்ற நீதிமன்றங்கள் அமைப்பதற்கு ஐக்கிய நாடுகள் சபை முன் முயற்சி செய்ய வேண்டும் என்று நாங்கள் கேட்டுக்கொள்கிறோம்.

மாத்தன் மண்புழு வழக்கை இவ்வளவு பெரும் புகழ் பெற்ற வழக்காக மாற்றிய, அதன் மூலம் மக்களிடையே இயற்கையைப் பற்றிய அக்கறையை ஏற்படுத்த முயன்ற யுரேகா பத்திரிகைக்கும், அதன் பின்னணியில் செயல்பட்டுக்கொண்டிருக்கும் கேரள அறிவியல் இலக்கியப் பேரவைக்கும் நாங்கள் தனிப்பட்ட முறையில் நன்றிகளையும் பாராட்டுகளையும் தெரிவித்துக்கொள்கிறோம்.

இந்த மக்கள் நீதிமன்றத்தின் தீர்ப்பை அரசு மதிக்கும் என்றும், மாத்தனுக்கு உடனடியாக ஓய்வூதியம் தரும் என்றும் நாங்கள் நம்புகிறோம். மக்கள் நீதிமன்றத்துடன் ஒத்துழைத்த எல்லோருக்கும் நன்றி.

டாக்டர். நம்பூதிரி வாசித்து முடித்த தீர்ப்பின் முக்கியமான பகுதிகள்தான் இங்கே வெளியிடப்பட்டிருக்கின்றன.

நீதிமன்றத் தீர்ப்பைக் கேட்டவுடன் மண்ணடி கிராமமெங்கும் மக்கள் ஆனந்தக் கூத்தாடினார்கள். மண்ணடி மைதானத்தில் பொதுக்கூட்டமும் நடந்தது. கூட்டத்தின் ஆரம்பத்தில் 'மாத்தன் மண்புழு' நாடகம் அரங்கேற்றப்பட்டது. மாத்தனாக நடித்த திரு. கங்காதரன் அவர்கள் மேடையில் ஒரு மண்புழுவாகவே மாறி வாழ்ந்தார். அது மிகவும் உணர்ச்சிகரமான நாடகமாயிருந்தது. பி.பி.சி. குழுவினர் அந்த நாடகம் முழுவதையும் அப்படியே படம்பிடித்தார்கள். அதைத் தொடர்ந்து கவிதை வாசிப்பும் நடந்தது. புகழ் பெற்ற கவிஞர்கள் இயற்கை தொடர்பான அவர்களது கவிதைகளை வாசித்து மக்களை மகிழ்ச்சிக் கடலில் ஆழ்த்தினார்கள். அதைத் தொடர்ந்து மண்ணடி கிராமத்தின் விவசாயிகள், பூச்சிக்கொல்லிகளையும், ரசாயன

உரங்களையும் கைவிடுவதாக வீர சபதம் செய்தனர். இயற்கை முறை விவசாயம் தொடங்குவதற்கு, ஒருங்கிணைந்த செயல்பாடு வேண்டும் என்று முடிவு செய்யப்பட்டது. இந்த விஷயத்தில் விவசாயிகளுக்கு உதவி செய்ய ஒரு கமிட்டியும் உருவாக்கப்பட்டது.

எல்லா இயற்கை ஆர்வலர்களும், மாத்தன் மண்புழு வழக்கின் தீர்ப்பில் தாங்கள் பெரிதும் திருப்தியுற்றதாகத் தெரியப்படுத்தினார்கள். சமூகநலத்துறை அமைச்சர், இந்தத் தீர்ப்பைத் தான் மதிப்பதாகவும், அரசின் வரையறைக்குட்பட்டு தன்னால் இயன்றதைச் செய்வதாகவும் திருவனந்துபுரத்தில் அறிவித்தார். டெல்லியில் நடந்த ஒரு பத்திரிகையாளர் கூட்டத்தில் மத்திய அமைச்சர், சுற்றுச்சூழல் நீதிமன்றம் அமைக்கும் விஷயத்தை தான் தீவிர கவனத்தில் எடுத்துப் பரிசீலிப்பதாகச் சொன்னார்.

இந்தக் கட்டுரையாளர், மாத்தன் மண்புழுவை நேரில் சந்தித்து தீர்ப்பின் முக்கியப் பகுதிகளைப் படித்துக் காட்ட முயன்றார். ஆனால் அவர் முயற்சி வெற்றி பெறவில்லை. மண்ணுள்ளே எங்கோ பாடுபட்டு உழைத்துக்கொண்டிருக்கும் அவரை இன்றுவரை கண்டுபிடிக்க முடியவில்லை.

எனக்கு ஓய்வூதியம் வேண்டாம்!

மாத்தன் மண்புழுவின் அதிரடி அறிவிப்பு!

நமது நிருபர்   24. 11. 93

மண்ணடியில் திரண்ட லட்சக்கணக்கான மக்களைத் திடுக்கிடச் செய்யும்படி நேற்று மாலையில் மாத்தன் மண்புழு ஒரு அறிவிப்பை வெளியிட்டார்.

நேற்று அதிகாலையில் மாத்தன் மண்புழு வழக்கின் தீர்ப்பு வாசிக்கப்பட்டது என்றும் அதைத் தொடர்ந்து மண்ணடி கிராமத்தில் பெரிய திருவிழாக் கொண்டாட்டமாக இருந்தது என்றும் நாங்கள் முன்னரே தெரிவித்திருந்தோம்.

ஆட்டபாட்டமெல்லாம் முடிந்து மக்கள் கலைந்து செல்லத் தொடங்கும்போதுதான் எழுச்சியான அந்தச் செய்தி பரவியது. சாட்சாத் மாத்தன் மண்புழு அவர்கள் மண்ணடி கிராமத்தில் உள்ள தோப்பில் காட்சியளிக்கப்போகிறார்! மக்கள் அங்கே ஓடிச் சென்றார்கள். அங்கே காத்திருந்தார்கள். வெயில் மறைந்தது. தயங்கித் தயங்கி பகல் பொழுது விடைபெற்றது. அந்த நேரத்தில்தான் வக்கீல் சியாம்குமார் தோப்பின் அருகே நடந்து வந்தார். அவர் தோப்பின் உள்ளே பலாமரத்தினடியில் கிடந்த சருகுகளை விலக்கினார். அதோ, அங்கே மாத்தனும் அவர் நண்பர்களும் காத்திருந்தார்கள். மாத்தன் தலையுயர்த்தி லட்சக்கணக்கான மக்களைப் பார்த்தார். மக்கள் மகிழ்ச்சியை அடக்க முடியாமல் மண்ணும் விண்ணும் அதிரும்படி கரகோஷம் செய்தபோது, மாத்தன் கூச்சத்துடன் நெளிந்தார். சியாம்குமார், மாத்தனின் முன்னால் சற்று நேரம் தலைகுனிந்து நின்றார். பிறகு மாத்தன் முன்பே தயாரித்துக் கொடுத்திருந்த அறிவிப்பை வாசித்தார்:

"அன்பான மனிதர்களே! மண்ணடி கிராமத்தில் கூடியிருக்கும், இயற்கையின் மீது ஆர்வம் கொண்ட மனிதர்களே! மட்டற்ற

மகிழ்ச்சியுடனும், பெருமையுடனும் நான் உங்களையெல்லாம் வணங்குகிறேன். என் வழக்கில் தார்மீக ஆதரவளித்தமைக்காக இந்தப் பூமியில் உள்ள எல்லா உயிரினங்களின் சார்பிலும் என் நன்றியை உங்களுக்குத் தெரிவித்துக்கொள்கிறேன்."

"ஆயினும் என் அன்பான மனிதர்களே, எனக்கு உங்கள் ஒய்வூதியம் வேண்டாம். எல்லையயற்ற பணிவுடன், மக்கள் நீதிமன்றத்தின் பெருமைக்குத் தலைவணங்கிதான் நான், நீங்கள் அளித்த ஒய்வூதியத்தை மறுக்கிறேன்."

"இயற்கை மீதான உங்கள் அக்கறை, விழித்தெழ வேண்டிய நேரம் இது. இதற்காக உங்களுக்கு ஒரு 'அதிர்ச்சி வைத்தியம்' கொடுக்க வேண்டியிருந்தது. ஒரு பதைப்பு உருவானால்தான் நீங்கள் உங்களுக்குச் சுற்றிலும் உள்ள பல விஷயங்களைப் பற்றி யோசிப்பீர்கள் என்று நினைத்தேன். அதற்காகத்தான் நான் இப்படி ஒரு வழக்கை நடத்தினேன். ஆனால், இந்த விஷயத்தை நான் என் அன்பிற்குரிய சியாம்குமாரிடம்கூட தெரியப்படுத்தவில்லை என்று இப்போது வெளிப்படையாகச் சொல்கிறேன்."

"அன்பானவர்களே, நீங்கள் எனக்கு ஒய்வூதியம் தர முடிவு செய்திருப்பதைக் கேட்டு 'ஹா…ஹா…ஹா! என்று வயிறு குலுங்கச் சிரித்தேன். அப்படி எனக்கு ஒய்வூதியம் கொடுக்க வேண்டும் என்று முடிவு செய்தால், இந்த உலகத்தில் எத்தனையோ உயிரினத்திற்கு ஒய்வூதியம் கொடுக்க வேண்டிவரும். ஆயுட்காலம் முழுதும் இயற்கைக்குச் சேவை செய்து வாழும் லட்சக்கணக்கான உயிரிகளின் நறுமணமிக்க தியாக வாழ்க்கையின் காரணத்தால்தான், நீங்கள் இந்தப் பூமியில் மகிழ்ச்சியாக வாழ்கிறீர்கள். நீங்கள் இதைக் கொஞ்சம் புரிந்துகொண்டால் போதும்."

"என் அன்பான மனிதர்களே, ஒரு விஷயத்தை நான் உங்களுக்கு நினைவுபடுத்துகிறேன். இந்தப் பூமியின் எதிர்காலம் துரதிர்ஷ்ட வசமாக இன்று மனிதர்களான உங்களின் கைகளில் வந்திருக்கிறது. மனிதர்களான நீங்கள் - இந்தப் பூமியை, இதில் வாழ்கின்ற அற்புதமான அதிஅழகான உயிரினங்களை காப்பாற்றவோ அழிக்கவோகூடிய சக்தி பெற்றவர்களாக

ஆகியிருக்கிறீர்கள். ஆயினும் இன்னும் உங்களுக்குத் தேவையான அளவு பகுத்தறிவு வளரவில்லை. அதுதான் எங்களின் துயரம்.”

“அதனால், சற்றேனும் பகுத்தறிவு பெற்ற என் அன்பான மனிதர்களே, நீங்கள் எனக்கு ஒரு பிரத்தியேக ஒய்வூதியம் கொடுக்க வேண்டும். என் உடன்பிறப்புக்களான எல்லா உயிரினங்களுக்காகவும் நான் உங்களிடம் கேட்கும் ஒரு பிச்சைதான் இது; வரம். அது வேறொன்றுமில்லை. இந்த உலகத்தைக் காப்பாற்றுங்கள்! இந்த உலகில் உள்ள எல்லா உயிர்களும் மகிழ்ச்சியாக வாழ்வதற்கான சூழ்நிலையை நிலைநிறுத்துங்கள்! அணுகுண்டு முதல், பூச்சிக்கொல்லிகள் வரையிலான முட்டாள்தனங்களால் இந்தப் பூமியை அழிக்காதீர்கள்! இந்தப் பூமியில் உயிருலகை நிலைபெறச் செய்வதற்கான தார்மீகக் கடமையை ஏற்றுக்கொள்ளுங்கள். உங்கள் உள்ளே ஒரு புதிய ஒளியை என்றும் அணையாமல் பார்த்துக்கொள்ளுங்கள். பூமியைக் காப்பாற்றுவதற்கான தர்மநெறியின் ஒளி! சிறப்பான அறிவு பெற்ற மனிதர்களே, உங்களால் அது முடியும். முடிய வேண்டும். உங்களுக்கு நன்றி. விடைபெறுகிறேன். பிரிவோம், சந்திப்போம். தோழமையின் நிலவொளியில் உலகம் குளித்திருக்கும் இந்த மாலைப் பொழுதில் நாம் தற்காலிகமாகப் பிரிவோம்.”

அந்த அறிவிப்பு வாசித்து முடிக்கப்பட்டதும் மக்கள் எல்லோரும் உணர்ச்சிக்கொந்தளிப்புடன் நின்றிருந்தார்கள். அவர்களால் பேசக்கூட முடியவில்லை. மாத்தனும் அவர் நண்பர்களும் மண்ணுக்குள் இறங்கிச் செல்வதைப் பார்த்தபடி அவர்கள் வெகுநேரம் அசைவற்று நின்றார்கள். மண்ணடி கிராமம் நிலவில் ஒளிர்ந்தது. எங்கும் அமைதி நிறைந்திருந்தது. தோப்பில் உள்ள மரங்கள் தவம் செய்வதுபோல அசைவற்று நின்றிருந்தன. எங்கிருந்தோ ஒரு ராப்பாடிப் பறவையின் பாட்டு மிதந்து வந்தது. அப்போது ஆகாயத்தில் நிறைய நட்சத்திரங்கள் தோன்றின. அவையெல்லாம் நம்பிக்கையின் நட்சத்திரங்கள்தானோ என்று தோன்றியது. எல்லாம் தெரிந்த ஒரு அம்மாவைப்போல இயற்கை நிலவொளியில் குளித்து பேரழகுடன் விளங்கியது. அந்த நிலவொளியில் மக்கள் அமைதியாக அவரவர் வீடு நோக்கி நடந்தார்கள். தங்கள் மனதிலும் நிலவொளி நிறைந்திருப்பதாக அவர்களுக்குத் தோன்றியது. ஒரு புதிய நிலவு. அவர்களின் பிள்ளைகளுக்காக, வரும் தலைமுறைக்காக, அனைத்து உயிர்களுக்காக இந்தப் பூமியைக் காப்பாற்ற வேண்டும் என்னும் அறிவின் நிலவு; பகுத்தறிவின் வெளிச்சம்...

குரு நித்ய சைதன்ய யதியின் கடிதம்

பேன்ஹில்

21. 2. 95

அன்பிற்குரிய பேராசிரியர். சிவதாஸ் அவர்களுக்கு,

எனக்கு இன்று 'மாத்தன் மண்புழுவின் வழக்கு' கிடைத்தது. நம் நாட்டில், நம் மொழியில், நம்மில் ஒருவர் இவ்வளவு சிறப்பாக குழந்தைகளுக்குக் கொடுப்பதற்கு ஏற்ற விதத்தில் அறிவின் நிறைகுடத்தை இப்படிக் கொடுத்திருப்பதைப் பார்த்து நான் மகிழ்கிறேன்; வியக்கிறேன்.

நம் வயதானவர்களிலும் விஷயமெதுவும் தெரியாமல் முழித்துப் பார்த்து நிற்கும் குழந்தைகள் இருக்கிறார்கள். குழந்தைகளுக்கு, இப்போது மலையாளத்தில் எழுதப்படும் புத்தகங்களை படிக்கும் (மலையாளம்) பழக்கமற்ற நிலை வந்திருக்கிறது. ஆயினும் புத்தக விற்பனையை நோக்கமாகக் கொள்ளாமல், இந்தப் புத்தகத்தை அழகாகத் தயாரித்து வாசகர்களிடம் கொடுப்பதற்கு - உங்களாலும், கேரள அறிவியல் இலக்கியப் பேரவையாலும் முடிந்தது என்பது என்னில் நன்றியையும், திருப்தியையும் ஏற்படுத்தியிருக்கிறது...

முன்பு ஒருமுறை யுரேகாவில் என்னைப் பற்றி யாரோ எழுதியிருந்ததையும், அதில் கொடுத்திருந்த என் முகவரியையும் வைத்து இப்போதும் எனக்கு கேரளத்திலிருந்து குழந்தைகள் கடிதம் எழுதுகிறார்கள். அப்படியான குழந்தைகளின் கவனத்தை ஈர்ப்பதற்கு அறிவியல் இலக்கிய பேரவையால் முடிந்தது அதிர்ஷ்டம். நான் இதுவரை பேரவைக்கு ஒன்றும் பங்களிப்புச் செய்ததில்லை. ஆனால், நான் என்றும் அறிவியல் இலக்கியப் பேரவையின் ஒரு செயற்பாட்டாளன் என்று நினைத்துக்கொண்டுதான் எல்லாம் எழுதுகிறேன்.

மற்றுமொருமுறை நன்றி தெரிவித்துக்கொண்டு,

அன்புடன்,

நித்ய சைதன்ய யதி

மண்புழு கலப்பு உரம் தயாரிக்கலாம்

*மா*த்தன் மண்புழுவின் வழக்கைப் படித்து முடித்தவுடன் நீங்கள் மண்புழுக்களின் மீது நேசம் கொண்டிருப்பீர்கள்தானே. அப்படியென்றால் இனி தாமதிக்க வேண்டாம். மண்புழுக்களை வளர்த்து கலப்பு உரம் தயார் செய்யுங்கள். மண்புழுக்கள் பெருகட்டும். உங்களுக்குச் சுலபமாக நல்ல உரம் கிடைக்கட்டும்.

கலப்பு உரத்திற்குத் தேவையான சமையலறைக் கழிவுகள், விவசாய நிலங்களிலிருந்து கிடைக்கும் தாவரக் கழிவுகள், குப்பை கூளங்கள் முதலியவற்றையெல்லாம் இதற்குப் பயன்படுத்தலாம்.

இதற்காகப் பலவகையான மண்புழுக்களைப் பயன்படுத்தலாம். நம் ஊரில் நம் நிலத்தில் நிறையக் கிடைக்கும் மண்புழுக்களைப் பயன்படுத்த வேண்டும் என்பதுதான் இந்தக் கட்டுரையாளனின் கருத்து. நம் ஊரில் இல்லாத, வெகு விரைவில் வளர்ந்து உரம் தயாரிக்கும் பல வகை மண்புழுக்களும் கிடைக்கும். இது தொடர்பான நிபுணர்களைத் தொடர்புகொண்டால் அவை கிடைக்கும்.

மண்புழு கலப்பு உரத்தைப் பல முறைகளில் உருவாக்கலாம். சில முறைகளைக் கீழே கொடுத்திருக்கிறேன்.

1. பாத்திரங்களில் வளர்ப்பது

தேவையான அளவு பருமன் உள்ள சட்டியையோ பாத்திரத்தையோ இதற்காகப் பயன்படுத்தலாம். அதன் அடியில் பத்து செ. மீ. கனத்தில் தாவரக் கழிவுகளை (சிதைவுறக்கூடிய எதுவும்) இடுங்கள். அதன் மேலே அதே அளவு கனத்தில் சாணப்பொடியை இடுங்கள். இந்தப் படுகையைக் கவனமாக நீரூற்றி நனையுங்கள். (நாற்பது சதவிகித ஈரப்பதத்திற்கு அதிகமாக இருக்கக் கூடாது). இதில் உயிருள்ள மண்புழுக்களை இடுங்கள். மேலே இருபத்தைந்து செ. மீ. கனத்தில் தாவரக் கழிவுகளைப் போடுங்கள். மேலே ஈரச்சாக்கைப் போடுங்கள்.

இதை தினமும் நனைத்து ஈரத்தைத் தக்க வைக்க வேண்டும். மேலே உள்ள தாவரக் கழிவுகள் மறைந்துபோகும்போது (உரமாகும்போது) மீண்டும் இருபத்தைந்து செ.மீ. கனத்தில் தாவரக்கழிவுகளை இடுங்கள்.

மேற்கண்ட முறையில் நீங்கள் கலப்பு உரம் தயாரிக்கலாம். இந்தச் செயலைப் பலமுறை திரும்பத் திரும்பச் செய்ய வேண்டும். (இடையில் மேல் தளத்திலிருந்து மண்புழு கலப்பு உரத்தை எடுத்துவிட வேண்டும்). பெட்டியிலும் மண்புழுக்களை வளர்க்கலாம். பெட்டியில் போதுமான மண்புழுக்களை இட வேண்டும். 1 மீட்டர் x 1 மீட்டர் x 0. 5 மீட்டர் அளவுள்ள பெட்டியில் ஆயிரம் மண்புழுக்களை இடலாம்.

இப்படிப் பல தட்டில் தாவரக் கழிவுகளும், சாணமும் இடுவதற்குப் பதிலாக இரண்டையும் நன்றாகக் கலந்து நனைத்து, கலப்புரமாவதற்காக இடலாம். இதன் பாதியளவு கலப்பு உரமாக மாறும்போது (ஏறத்தாழ இரண்டு வாரம் கழித்து) இதில் மண்புழுக்களை இடலாம்.

2. மண்ணில் வளர்ப்பது

நிலத்தைச் சமப்படுத்த வேண்டும். அங்கே மண்ணைக் குழைத்துப் பூசி சமமாக்க வேண்டும். இந்தத் தரையில் பாதியளவு உரமாகிய (கம்போஸ்டிங்) குழைவை 20 -25 செ. மீ. கனத்தில் இட வேண்டும். நனைக்க வேண்டும். மண்புழுக்களை இட வேண்டும். மேலே பாதியளவு உரமாகிய குழைவை இட வேண்டும். நனைத்த மெல்லிய சாக்கை மேலே விரிக்க வேண்டும். தினமும் நனைக்க வேண்டும்.

இதைத் திறந்த இடத்திலோ, ஒரு மேற்கூரைக்குக் கீழோ செய்யலாம். மேற்கூரை இருந்தால் சாக்கு வேண்டாம். அதற்குப் பதிலாக சருகுகளைப் போடலாம். சருகும் உரமாகும். அதற்கு ஏற்றபடிதான் இட வேண்டும்.

3. உரக் குழியில் வளர்த்தல்

சாதாரண உரக் குழியிலும் மண்புழுக்களை இட்டு வளர்க்கலாம். நாட்டுப்புற மண்புழுக்களைப் பயன்படுத்தும்போது இப்படிச் செய்யலாம். மண்புழுவுக்கு உணவாக அழுகும் (தாவரக் கழிவுகள்) பொருள் எதையும் பயன்படுத்தலாம். சாணமும் இட வேண்டும். நீர் தெளித்து எப்போதும் ஈரமாக இருக்கும்படி பார்த்துக்கொள்ள வேண்டும். மேலே வெயில்படாமல் இருக்க சாக்கு விரிக்கலாம். அல்லது தென்னைமட்டை இடலாம்.

4. மரத்தூள் பயன்படுத்தி வளர்ப்பது

ஒரு பெட்டியின் கீழ் தட்டில் ஜல்லிக் கற்களை இட வேண்டும். மேலே 8 - 10 செ. மீ. உயரத்தில் மரத்தூளை இட வேண்டும். அதற்கு மேலே அதே கனத்தில் சாணப்பொடி இட வேண்டும். நனைக்க வேண்டும். மண்புழுக்களை இட வேண்டும். மேலே மூட வேண்டும். தினமும் நீர் தெளித்து ஈரம் குறையாமல் பார்த்துக்கொள்ள வேண்டும்.

(சாணம் இடாமல், அதற்குப் பதிலாக தோட்டத்தில் உள்ள வளமான மண்ணை இட்டும் மண்புழுப் படுகையைத் தயார் செய்யலாம்).

மண்புழுக் கலப்பு உரச் சேகரிப்பு

உரப்படுகையின் மேல்பாகம் கறுந்தவிட்டு நிறமாகும்போது, அதைச் சேகரிக்க வேண்டும்.

நீர் தெளிப்பதை இரண்டு நாட்கள் நிறுத்துங்கள். அப்போது மேல் பாகம் காயும். மண்புழுக்கள் கீழே போகும். அப்போது மேல் பகுதியில் இருப்பதை அள்ளி ஒரு இடத்தில் இடுங்கள். ஏறத்தாழ ஒரு நாள் பொழுது அதை அப்படியே போட்டு வையுங்கள். அதில் மண் புழுக்கள் இருந்தால் அது விலகிப்போய்விடும். அப்போது கலப்பு உரத்தை சாக்கில் போட்டுக் கட்டி வைக்கலாம். அல்லது விளைநிலத்தில் இடலாம்.

உரப்படுகையின் கீழ்ப்பகுதியில் மீண்டும் கம்போஸ்டிங் ஆரம்பிக்கலாம்.

கவனியுங்கள். இவை பொதுவான ஆலோசனைகள் மட்டும்தான். நீங்கள் உரத் தயாரிப்பு நடத்தும்போது, உங்களுக்குத் தோன்றும் மாற்றங்களையும் செய்து பார்க்க வேண்டும். அவ்வாறு நீங்கள் மண்புழு கலப்பு உரம் தயாரிப்பதில் ஒரு சிறந்த முறையைக் கண்டுபிடிக்கலாம். நகரத்திலிருந்து கிடைக்கும் அழுகும் கழிவு எதையும், இப்படி விலை மதிப்புடைய உரமாக்கலாம்.

மேலதிக வாசிப்பிற்கு

1. R. K. Bhatnagar and R. K. Palta,
    Earthworm Vermiculture and Vermicomposting,
    Kalyani Publishers, 1/1, Rajindar Nagar
    Ludhiyana 141008, 1996. Rs.50/-

2. Sultan A Ismail,
    Vermicology The Biology of Earthworms,
    Orient Longman Ltd., Hyderabad 1997, Rs.75/-

3. Zoological Survey of India,
    Earthworm Resources and Vermiculture, 1993.
    Rs.140/-

www.ingramcontent.com/pod-product-compliance
Lightning Source LLC
LaVergne TN
LVHW041724190726
843493LV00007B/2212